लोकनेते मा. आ. सिताराम घनदाट (मामा)

स्वप्निल खामकर

हे पुस्तक मी माझ्या आदरणीय पालकांना, शिक्षकांना, मार्गदर्शकांना आणि त्या सर्वांना समर्पित करतो, ज्यांनी मला प्रेरणा दिली, मार्गदर्शन केले आणि माझ्या प्रवासात साथ दिली.

पण सर्वांत महत्त्वाचे, हे पुस्तक मी आदरणीय सीताराम "मामा" घनदाट यांना समर्पित करतो – ज्यांच्या संघर्षमय प्रवासाने, अथक प्रयत्नांनी आणि निःस्वार्थ सेवाभावाने मला सदैव प्रेरणा दिली. त्यांचे कार्य, त्यांचे विचार आणि त्यांचा आदर्श हा माझ्यासाठी कायमच प्रेरणास्त्रोत राहील.

अनुक्रमणिका

अनुक्रमणिका

प्रस्तावना

सिताराम "मामा" घनदाट यांचे जीवन हे मानवी आत्म्याच्या दुर्दम्य शक्तीचे आणि हेतुपूर्ण नेतृत्वाचे प्रेरणादायी उदाहरण आहे. अत्यंत कठीण परिस्थितीतून वर येऊन समाज आणि इतरांसाठी अपार सेवा देणाऱ्या व्यक्तीची ही कथा केवळ त्याच्या कार्याची नोंद नाही, तर पुढच्या पिढ्यांसाठी प्रेरणा देणारी आहे.

हे पुस्तक मामांचा संघर्ष, यश आणि त्यांच्या जीवनातील मूलभूत मूल्यांचे दर्शन घडवण्यासाठी लिहिण्यात आले आहे. हे केवळ घटनांचे संकलन नाही, तर त्या माणसाच्या आत्म्याचा शोध आहे, ज्याचा सामाजिक कल्याणासाठी असलेला समर्पण आणि प्रामाणिकपणा त्याच्या नेतृत्वाचे प्रमुख घटक होते.

नांदुर पठारच्या लहानशा गावापासून ते एका आदरणीय नेत्याच्या स्थानापर्यंतचा मामांचा प्रवास हा संघर्ष, समर्पण आणि सेवाभावाने भरलेला आहे. त्यांच्या अनोख्या गुणधर्मांना अधोरेखित करण्याचा हा प्रयत्न त्यांच्या कार्यातील मोलाचे पैलू उलगडून दाखवतो. वंचितांसाठी असलेली मामांची अपार सहानुभूती, सामाजिक कारणांसाठी असलेली त्यांची कटिबद्धता आणि एकता व प्रगतीसाठी असलेला त्यांचा विश्वास हे सर्व त्यांच्या व्यक्तिमत्त्वाचे ठळक वैशिष्ट्य आहे. समाजातील प्रत्येक घटकासाठी न्याय, समता आणि प्रगती यांची त्यांनी केलेली निःस्वार्थ सेवा त्यांना लोकांच्या हृदयात स्थान देणारी ठरली. त्यांच्या चरित्रामध्ये ही मूल्ये नेहमीच प्रकर्षाने जाणवतात.

हे पुस्तक कोणत्याही व्यक्तीला केवळ महत्त्व देण्यासाठी नाही, तर त्या आदरणीय व्यक्तीच्या प्रेरणादायी प्रवासाचा आलेख मांडण्यासाठी आहे. अशा व्यक्तीचा प्रवास, ज्याने आपल्या संघर्षातून उभं राहून, प्रामाणिकपणा, करुणा आणि न्याय यासाठी अढळपणे उभं राहत समाजात एक नवा मार्ग निर्माण केला. मामांचा हा प्रवास केवळ व्यक्तिगत यशाचा नव्हे, तर सामूहिक उन्नतीसाठी सतत झटणाऱ्या आणि समाजाला दिशा देणाऱ्या नेतृत्वाचा आहे. त्यांच्या कर्तृत्वाचा हा आलेख भविष्यातील पिढ्यांसाठी प्रेरणा ठरेल, कारण तो संघर्ष, समर्पण आणि निःस्वार्थ सेवाभावाची कहाणी सांगतो.

मामा यांच्या जीवनाचा अभ्यास करताना मला समजले की, संघर्ष केवळ आपल्याला मागे खेचण्यासाठी नसतो तर तो पुढे जाण्यासाठी प्रेरणा देखील देतो. त्यांचे कार्य, विचार आणि त्यांचा त्याग ह्यांचा योग्य तो आदर ठेवून, मी त्यांच्या जीवनाचा सविस्तर आढावा घेतला आहे.

माझी इच्छा आहे की हे चरित्र केवळ माहिती देण्याचे कार्य करणार नाही, तर ते वाचकांमध्ये नवीन विचार निर्माण करेल. हे पुस्तक समाजासाठी सकारात्मक योगदान देण्यासाठी प्रत्येकाला आपल्या स्वतःच्या क्षमतेवर विश्वास ठेवण्याची प्रेरणा देईल. मामांच्या जीवनाचा हा आलेख केवळ त्यांच्या कार्याचा गौरव करण्यासाठी नाही, तर त्यांच्या निःस्वार्थ सेवाभाव, प्रामाणिकपणा आणि दृढ निश्चयातून शिकण्यासाठी आहे.

मामांच्या कार्यांना सन्मान देत, हे पुस्तक त्यांच्या योगदानाचा गौरव आहे. त्यांच्या विचारांची आणि कृतिशीलतेची शिकवण पुढील पिढ्यांसाठी दीपस्तंभ ठरेल आणि समाजाच्या उन्नतीसाठी नवा मार्ग दाखवेल.

सततचा आदर आणि प्रशंसा ठेवून,

संजय खामकर

ऋणनिर्देश, पावती

हे पुस्तक लिहिण्याची प्रक्रिया ही माझ्यासाठी एक आदरपूर्ण आणि अभिमानास्पद प्रवास होता. हे लेखन केवळ सीताराम "मामा" घनदाट यांच्या जीवनप्रवासाचा आढावा घेण्यासाठी नाही, तर त्यांच्याकडून प्रेरणा घेण्यासाठी लिहिले आहे. त्यांच्या निस्वार्थ सेवा, प्रामाणिकपणा आणि लोकहितासाठी घेतलेल्या मेहनतीचा आदर्श पुढील पिढ्यांसाठी मार्गदर्शक ठरावा, हा यामागचा उद्देश आहे. त्यांच्या जीवनाचा हा प्रवास केवळ त्यांच्या संघर्षाचा नाही, तर त्यांच्या सेवाभावी कार्याचा आणि त्यांच्यातील मानवी मूल्यांचा आहे.

मामांचे जीवन समजून घेण्याच्या या प्रवासात, त्यांच्या कुटुंबातील सदस्य, मित्र, सहकारी आणि समाजातील लोकांनी दिलेली मदत आणि सहकार्य हा माझ्यासाठी मोठा आधार ठरला. त्यांच्या आठवणी, अनुभव आणि विचार त्यांनी माझ्याशी शेअर केल्याबद्दल मी मनःपूर्वक आभारी आहे.

विशेष आभार त्या सर्वांचा ज्यांनी मला त्यांच्या जीवनाच्या विविध पैलूंचा अभ्यास करण्यासाठी मदत केली. त्यांच्या सहकार्यामुळे हे पुस्तक अधिक समृद्ध आणि सत्याधारित बनले आहे.

माझ्या या प्रवासात ज्या व्यक्तींनी वेळ देऊन, त्यांचे अनुभव आणि आठवणी माझ्यासोबत वाटल्या, त्यांचे मी मनापासून आभार मानतो. त्यांच्या आवाजाने या चरित्राला नवा अर्थ आणि गहनता प्राप्त झाली आहे.

आणि सर्वांत महत्त्वाचे म्हणजे, माझ्या या कामाला प्रोत्साहन देणाऱ्या आणि नेहमीच माझ्या पाठीशी उभे राहणाऱ्या सर्व मित्रांचा आणि सहकाऱ्यांचा मी अत्यंत आभारी आहे.

शेवटी, माझ्या या प्रवासातील सर्वांत मोठे आभार स्वतः मामांचे. त्यांच्या जीवनाचा हा प्रवास केवळ त्यांच्या कर्तृत्वाचा गौरव नाही, तर त्यांच्या जीवनाच्या प्रत्येक टप्प्याचा आदर आहे. हे पुस्तक त्यांच्या कार्याचा सन्मान करण्यासाठी आणि पुढील पिढ्यांना प्रेरणा देण्यासाठी लिहिले गेले आहे.

मनापासून आभार,

स्वप्निल खामकर

1

एका विलक्षण माणसाचा प्रवास

सीताराम "मामा" घनदाट यांची जीवनगाथा ही मानवी चिकाटी, कठोर परिश्रम आणि साध्या परिस्थितीतूनही उमटू शकणाऱ्या अतूट इच्छाशक्तीचे ज्वलंत उदाहरण आहे. अगदी साध्या परिस्थितीतून आणि माफक उत्पत्तीपासून ते आदरणीय सार्वजनिक व्यक्तिमत्त्व होण्यापर्यंतच्या त्यांच्या प्रवासाने अनेकांना प्रेरणा दिली आहे.

"खरे नेतृत्व हे जन्मजात अधिकार, संपत्ती किंवा बडेजावावर आधारित नसते," हा त्यांनी जीवनभर दिलेला संदेश त्यांच्या कार्यातून ठळकपणे स्पष्ट होतो. त्यांच्या यशस्वी वाटचालीमागील रहस्य म्हणजे निःस्वार्थ सेवा करण्याची वृत्ती, अपार निर्धार आणि जे अशक्य वाटते ते शक्य करण्याचा प्रबळ विश्वास. ह्या गुणवत्तांनी त्यांना सतत पुढे नेत राहिले, आणि आज त्यांचे कार्य अनेकांसाठी प्रेरणादायी ठरले आहे.

या प्रस्तावनासदृश भागात त्यांच्या नेतृत्वाची मूलतत्त्वे स्पष्ट होतात. अधिकृत पदे मिळवूनही मामांनी आपल्या मूळ मूल्यांना कधीही तिलांजली दिली नाही. ते जसे समाजात अधिकाधिक प्रभावशाली होत गेले, तशी त्यांच्या कार्याची व्याप्ती वाढली, पण मुळातल्या विनम्रतेचे बळ तसूभरही कमी झाले नाही. त्यांनी सदैव इतरांच्या उन्नतीसाठी स्वतःला झोकून दिले, त्यामुळे असे भासते की एखाद्या छोट्या गावातून आलेला साधा माणूसही समाजात मोठा ठसा उमटवू शकतो.

दूरून पाहताना, त्यांची कहाणी शहरात संधींच्या शोधात येणाऱ्या कोणाही धडपड्या माणसासारखीच वाटू शकते. मात्र, जवळून पाहिल्यावर त्यांच्या प्रत्येक पावलामागे कष्ट, आव्हाने आणि आशा यांचे एक विलक्षण मिश्रण दिसते. लहानपणी अनेक मूलभूत गोष्टींची कमतरता असतानाही ते आपल्या परिस्थितीची रेष स्वतः आखायला मागेपुढे पाहत नव्हते. ज्यांना शिक्षण, रोजगार किंवा मदतीचा कोणताही मार्ग नव्हता, त्यांच्यासाठी ते नेहमी हक्काचं व्यासपीठ तयार करत गेले. अनेक संसाधने आणि संधी नसतानाही "हरवलेल्या" समजल्या जाणाऱ्या लोकांना साथ देण्याची त्यांची वृत्ती लवकरच त्यांच्या नेतृत्वाचा पाया बनली.

कष्टानं तयार झालेली सहानुभूती ही मामांची सर्वात ठळक ओळख म्हणावी लागेल. विपरीत परिस्थिती भोगतानाही त्या अनुभवांनी त्यांच्यात कटुता किंवा नकारात्मकता निर्माण झाली नाही; उलट, इतरांनाही ज्या प्रकारच्या अडचणींचा सामना करावा लागतो, त्या जाणून घेत ते त्या अडचणींच्या मुळावरच उपाय शोधू लागले. कुणाला शिक्षणासाठी मदत हवी असेल, कुणाला पिण्याच्या पाण्याची अडचण असेल किंवा गावात एखादी नवीन सोय उभारायची असेल, तर मामांनी लोकांच्या गरजा ऐकून त्यासाठी झटणे कधी सोडले नाही. सामाजिक समस्यांकडे पाहण्याचा आणि त्या सोडवण्याचा त्यांचा हा दृष्टीकोन पुढे दीर्घकालीन तत्वज्ञानात रूपांतरित झालाः एक व्यक्ती प्रगती करते तेव्हा तिच्या बरोबरीने संपूर्ण समुदायाची प्रगती होते.

त्यांचे जीवन दृढनिश्चय आणि लवचिकतेचे प्रतीक आहे. एका अरुंद जागेतून—जिथे अनेक वेदना व कसोटी होत्या—चालत ते महाराष्ट्राच्या विधानसभेपर्यंत पोहोचले. "अपात्र," "अयोग्य," अशा अनेक शंका–संशयांचा सामना करत, त्यांचे आत्मविश्वासाने उत्तर नेहमीच अतिरिक्त प्रयत्न किंवा नवीन कौशल्य शिकणे असे असे. एखादी नोकरी मिळवायची असल्यास ती मिळवण्यासाठी आवश्यक कौशल्ये आत्मसात करण्यासाठी ते रात्रंदिवस सराव करत. सत्ता किंवा प्रभावशाली व्यक्ती त्यांना रोखण्याचा प्रयत्न करीत असे, तेव्हा ते हुशारीने संवाद साधून आपला मुद्दा पटवून द्यायचे. राजकीय मोहिमा असोत किंवा सामाजिक प्रकल्प, जनता आपल्या कर्तृत्वावर विश्वास ठेवत नसेपर्यंत ते न थांबता लोकांपर्यंत पोहोचत असत. अशा अनेक छोट्या-मोठ्या घटना त्यांची जिद्द ठामपणे अधोरेखित करतात; प्रत्येक अडथळीवर मात करून त्यांची इच्छाशक्ती बळकट होत गेली.

मामांच्या वैयक्तिक महत्त्वाकांक्षेपेक्षा त्यांच्यासाठी समाजाचे हित हा नेहमीच मूलमंत्र राहिला. दारिद्र्याशी लढणाऱ्या कुटुंबांना स्वच्छ पाणी, मुलांना शिक्षण, कामगारांना रोजगाराच्या आणि सन्मानाच्या संधी, महिला आणि वंचित घटकांना सहाय्यक मंच हे सगळे त्यांचे प्राधान्यक्रम होते. त्यांनी मिळवलेली मते किंवा पदे हे केवळ साधन होते, ध्येय तर नेहमीच समाजकल्याणाचा व्यापक विचार होता. विविध जाती, धर्म, वर्ग यांच्यातील लोकांपर्यंत पोहोचून त्यांनी एक सर्वसमावेशक दृष्टिकोन स्वीकारला. मतभेदांनी समाजात तेढ निर्माण होते, त्यामुळे संवाद आणि ऐकण्याच्या वृत्तीने एकता वाढते, असा त्यांचा विश्वास होता. ही एकता म्हणजे त्यांच्या नेतृत्वाचा वैशिष्ट्यपूर्ण पैलू, जो राजकीय वातावरणातही तटस्थपणे टिकून राहिला.

त्यांची गोष्ट सांगितली जाणे महत्त्वाचे का वाटते, याचे साधे उत्तर आहे की ही गोष्ट आशेचे प्रतीक आहे. दारिद्र्य, अवहेलना, शिक्षणाच्या मर्यादा, सामाजिक भेदभाव अशा अनंत अडथळ्यांचा सामना करताही माणूस प्रगती करू शकतो, याचे ते जिवंत उदाहरण आहेत. "यशस्वी व्हायचे असेल तर जन्मतः लाभलेले विशेषाधिकारच लागतात," या गैरसमजाला खोडून काढत, मामांनी प्रामाणिकपणा आणि सातत्यपूर्ण प्रयत्नांच्या जोरावर उच्च पदे भूषवली आणि निर्णयप्रक्रियेत भाग घेण्याची क्षमता विकसित केली. त्यांनी मिळालेल्या प्रत्येक संधीचा उपयोग इतरांसाठी केला—कधी शासकीय योजना लोकांपर्यंत पोहोचवून, कधी स्वतः पुढाकार घेऊन.

त्यांच्या प्रवासात टिकून राहिलेले नैतिक मुल्य हे दुसरे महत्त्वाचे सूत्र आहे. बहुतेकदा यशोगाथांत व्यक्तिगत स्पर्धा, महत्त्वाकांक्षा आणि स्वतःचा गौरव अधोरेखित होतो. मामांनीही राजकारणात लोकप्रियता आणि विविध सामाजिक वर्तुळांत ओळख मिळवली; मात्र, त्यामागे त्यांना पाठिंबा देणाऱ्या सर्वसामान्यांचा हात आहे, हे त्यांचे भान कधी ढळले नाही. थेट जनता, कार्यकर्ते आणि सहकारी संस्थांसोबत पायाभूत स्तरावर त्यांनी बांधलेला ऋणानुबंध हा त्यांच्या नेतृत्वाचा आत्मा ठरला. नेतृत्व मिळाल्यानंतरही त्यांनी तळागाळातील समस्यांना हाच आपला नेहमीचा प्राधान्यक्रम मानले. कष्ट, संघर्ष आणि उपेक्षा काय असते, हे त्यांनी प्रत्यक्ष अनुभवल्यामुळेच इतरांच्या वेदना ते समजू शकले.

त्यांनी राजकारणातील स्पर्धा आणि बदलत्या युतींच्या गुंतागुंतीची हाताळणी कशी केली, हेही उल्लेखनीय आहे. अनेकदा स्थानिक आणि राज्यस्तरीय राजकारणात तात्पुरत्या सोयीसाठी केलेल्या संधी किंवा आघाड्या दिसतात. मात्र, अशा उलटसुलट वातावरणातही मामांनी आपली ध्येये स्पष्ट ठेवली: ग्रामीण

आणि उपेक्षित समाजघटकांसाठी जीवनमान उंचावणे, शिक्षण आणि पायाभूत सुविधांची उपलब्धता वाढवणे आणि वंचितांना शासनव्यवस्थेत प्रभावीपणे सामावून घेणे. "मोजमाप" केले जाते ते केवळ मतांवर नाही, तर नागरी व ग्रामीण भागात दिसणाऱ्या प्रत्यक्ष बदलांवर. अनेक कुटुंबांना स्वच्छ पाणी, मुलांना नवीन शाळा, रस्त्यांमुळे सुरक्षित प्रवास, एवढेच नाही तर हाताला मिळालेले रोजगार, हे खरे मापदंड मामांनी स्वतःसाठी ठरवले.

त्यांचा प्रवास सामाजिक स्तरावर देखील अत्यंत महत्त्वपूर्ण ठरतो, कारण ते अनेकांना अभ्यासाचा, प्रेरणादायी आदर्श वाटतात. अनेकांना पार्श्वभूमी किंवा जातीधर्माचे लेबल "अडसर" वाटत असते, त्यामुळे ते प्रभावशाली पदांची स्वप्नेही पाहत नाहीत. मामांनी मात्र पूर्वग्रह व सामाजिक मर्यादा ओलांडून स्वतःचा स्वतंत्र मार्ग तयार केला. त्यांच्या प्रत्येक यशानंतर हे सिद्ध होत गेले की, जिद्द आणि शिकण्याची तयारी असेल तर औपचारिक पदव्या किंवा विशेषाधिकार नसतानाही प्रगतीची दारे खुली होऊ शकतात. शिवाय, शिस्तबद्ध सेवा आणि प्रामाणिक प्रयत्न यांची जुळवणी झाली तर लोकांचा विश्वास घडवता येतो, जो कोणत्याही आकर्षक नेत्याचा खरा पाया असतो.

मामांची थेट आणि साधी शैलीही लोकांना भुरळ घालते. नुसतेच मोठे राजकीय शब्द किंवा प्रचारपद्धतीवर भर न देता, ते माणसांशी माणूसपणा जपत संवाद साधतात. शेतकरी, कामगार, लहान व्यावसायिक असे कुणीही असो, ते प्रत्येकाशी मनमोकळी चर्चा करतात. यातून विश्वासाची पातळी निर्माण होते, जी केवळ घोषणा देऊन किंवा प्रचारकी भाषणे करून निर्माण होत नाही. लोकांचे प्रश्न समजून घेणे, त्यासाठी तत्परतेने उपाय शोधणे आणि भावनिक पातळीवर त्यांच्यासोबत उभे राहणे, हा त्यांच्या कार्यपद्धतीचा गाभा राहिला. त्यामुळे बांधलेल्या नात्यांतून समाजप्रगतीच्या योजना शक्य होतात, हे ते सातत्याने दाखवून देत आले आहेत.

त्यांच्या प्रवासात अनेक सन्मान आणि पुरस्कार मिळाले असले, तरी ते शून्यातून उभ्या राहिलेल्या प्रयत्नांचे फलित आहेत. कठीण प्रसंगीही हार न मानण्याची त्यांची वृत्ती, संधी प्राप्त करण्यासाठी वाढवलेली पावले आणि सामूहिक ध्येयासाठी इतरांना सोबत घेण्याची क्षमता—यामुळेच मामांनी प्रत्येक नव्या टप्प्यावर सकारात्मक बदलांना चालना दिली. राजकारणातील पराभव असो किंवा व्यक्तिगत टीका, त्यांच्या दृष्टीने ते केवळ नव्या प्रवासाची सुरुवात ठरायचे. त्या मानसिकतेनेच ते आत्मविश्वासाने पुढे जात राहिले, लोकांच्या समस्या सोडवताना कधी दीर्घ प्रक्रियांनी तर कधी नवे मार्ग शोधून.

या चरित्राचा हेतू म्हणजे मामा नावाच्या एका सामान्य माणसाला थेट देवत्व देणे नाही, तर त्यांच्या संघर्षांचा आणि जिद्दीचा प्रांजळ आलेख मांडणे हा आहे. तेही इतरांप्रमाणे एक माणूस आहेत, ज्यांना अपयश, चुका, भीती व संभ्रम या सर्व गोष्टींशी सामना करावा लागला. मात्र, या संघर्षांनी त्यांची जिद्द अधिक मजबूत केली. प्रत्येक अडचण म्हणजे शिकण्याची संधी, आणि प्रत्येक अप्रिय प्रसंग म्हणजे लोकांना चांगले करण्याचा इशारा, अशी त्यांची धारणा होती. म्हणूनच जेव्हा आपण त्यांना निराशेला रोखतांना किंवा नव्या आव्हानांचा पाठलाग करताना पाहतो, तेव्हा आपल्याला आपल्या स्वतःच्या प्रवासाचे प्रतिबिंब दिसते.

या चरित्रातून कोणत्याही संघर्षाला सामोरे जाणाऱ्या माणसाला प्रेरणा मिळावी, ही मनीषा आहे. ज्यांनी कधी अत्यंत प्रतिकूल परिस्थितीत जन्म घेतला, ज्यांना शैक्षणिक किंवा आर्थिक संधी कमी भासल्या किंवा जे सामाजिक भेदभावाने गांजले—त्यांनी सीताराम "मामा" घनदाट यांचा विचार करावा. त्यांनी हे सिद्ध केले की, इतरांनी कमी लेखले तरीही सातत्याने शिकण्याची आणि प्रामाणिकसेवा करण्याची वृत्ती असेल तर कोणताही बुरुज सर करता येतो. संधी नसली तर ती शोधता येते, उत्पन्न करूनही घेता येते. महत्त्वाचे आहे ते हात पाठीवर घालणारे सहकारी किंवा माणसे जोडणे, कारण एकट्याने प्रवास करणे अवघड असले तरी समर्थ हात सोबत असले की अशक्य वाटणारी स्वप्ने प्रत्यक्षात उतरू लागतात.

त्यानंतरच्या पानांमध्ये आपण त्यांच्या अनेक उल्लेखनीय टप्प्यांचे तपशील पाहणार आहोत. राजकीय स्तरावर त्यांनी स्वतःचे विचार लोकांसमोर कसे मांडले, अनेक संघर्षांनी भरलेल्या निवडणुकांतून ते कसे यशस्वी झाले, कुठल्या सामाजिक आंदोलनांना त्यांनी चालना दिली आणि कोणते प्रकल्प त्यांच्या दूरदृष्टीमुळे साकार झाले, याबद्दल अधिक जाणून घेता येईल. जिथे शिक्षणाची वानवा होती तेथे शाळा, जिथे दैनंदिन गरजा भागवण्याच्या मूलभूत सुविधांचा अभाव होता तेथे रस्ते, वीज आणि पाण्याच्या योजना, आणि जिथे भेदभावाच्या जखमा होत्या तेथे जवळीक आणि ऐक्य—हे सर्व मामांनी हिरीरीने अंगिकारले. त्यांच्या व्यक्तिमत्त्वाने साधेपणा आणि प्रेरणा यांची सांगड इतकी उत्तम घातली की, समोरच्याला ते लीलया आपलेसे करतात. हे अगदी तरुणपणी आल्या संकटांत दिसून आले, जेव्हा त्यांना पैशाची, शिक्षणाची किंवा कुठल्याही सामाजिक पाठबळाची तितकीशी उपलब्धता नव्हती. अनेक छोट्या-मोठ्या क्लेशांमधून, समाज-गैरसमजातून ते शिकल्यानंतर पुढे जे चित्र निर्माण झाले ते अचंबित करणारे आहे.

शेवटी, मामांच्या कार्याने हेही सिद्ध केले की नेतृत्व हे केवळ भाषणात, राजकीय संमेलनांत किंवा पदाच्या आभासात असते असे नाही, तर ते दैनंदिन संवादात, छोटे-मोठे प्रश्न सोडवण्यात आणि सुजाणतेने केलेल्या कृतींतून साकार होते. आपण या पुस्तकाच्या अखेरीस पोहोचलो की, प्रत्येक वाचकाला त्यांच्या प्रवासातून नवीन प्रेरणा मिळाली असेल, अशी आशा आहे. एखाद्या तरुण विद्यार्थ्याला वाटू शकते की, "मी खूप गरिबीतून आलोय, माझ्या हातात काहीही नाही," तर हे चरित्र त्याला सांगते की प्रयत्न आणि चिकाटी सोडली नाहीत तर मोठे स्वप्न देखील कधी नाकारावे लागत नाही. अनुभवसंपन्न वाचकांनाही आपल्या क्षेत्रात नव्या जोमाने कार्य करण्याची उमेद मिळू शकेल. मामांच्या कार्यातील मुख्य धागा म्हणजे प्रयत्न करत राहणे, चुका सुधारणे आणि कुणाही व्यक्तीच्या गरजा समजून त्यांना सामावून घेणे. एकूणच, त्यांचा प्रवास कुणालाही प्रेरित करू शकतो.

पुढील प्रकरणांमध्ये सीताराम "मामा" घनदाट यांच्या जीवनाचे वेगवेगळे पैलू अधिक सविस्तरपणे उलगडणार आहेत. त्यांनी शिक्षणाच्या संधी कशा निर्माण केल्या, राजकारणात रोज बदलणाऱ्या साधनांशी कसे जुळवून घेतले आणि सर्वसामान्य माणसांच्या हितासाठी, विशेषतः ग्रामीण स्तरावर, सर्जनशील मार्गाने प्रकल्पांचा निधी कसा मिळवला, हे सर्व आपण बघू. त्यांच्या स्वभावातील नम्रता आणि जिद्द, संघर्षमय प्रवासाशी सतत जोडली राहिली; त्यामुळेच आलेली सत्ता किंवा प्रसिद्धी त्यांनी कधीही एकट्यापुरती सीमित ठेवली नाही. ज्यांनी त्यांना पाठिंबा दिला किंवा हक्काचा वाटला, त्यांच्यासोबत ते अखेरपर्यंत खांद्याला खांदा लावून उभे राहिले. हे चरित्र म्हणजे त्यांच्या याच जीवनमूल्यांची साक्ष देणारा दस्तावेज आहे. संघर्ष, करुणा आणि सातत्यपूर्ण कर्तृत्वाचा संगम साधून, एका साध्या माणसाने कशी अद्वितीय छाप पाडू शकतो, याचे प्रत्यक्ष उदाहरण म्हणजे सीताराम "मामा" घनदाट यांचे आयुष्य. यापुढील प्रत्येक पान हा या प्रवासाचा एक टप्पा आहे, ज्यातून प्रगती केवळ काहींच्या हाती राहू नये, तर सर्वांना सामावून घेणारी असावी, यावर शिक्का मोर्तब होते. समाजाप्रती तळमळीची भावना आणि कोणीही मागे राहू नये हा त्यांचा विश्वास, या चरित्रामधून वारंवार प्रकट होतो. त्यामुळेच मामांचे नाव महाराष्ट्राच्या मातीपासून शहरांच्या वेशीपर्यंत आवर्जून घेतले जाते, आणि त्यांच्या कार्याला नुसताच आदर नाही तर एक प्रकारचा आदर्श म्हणूनही पाहिले जाते.

2

ग्रामीण भारतात रुजलेले: कौटुंबिक आणि प्रारंभिक पार्श्वभूमी

सीताराम "मामा" घनदाट यांच्या जीवनाची सुरुवात अहमदनगर जिल्ह्यातील नांदूर पठार या छोट्याशा खेड्यातील खडकाळ डोंगराळ भागात झाली. या परिसरात इतर गावांप्रमाणेच रस्ते खडतर होते आणि साधनसंपत्तीही मर्यादित होती, त्यामुळे ते आजूबाजूच्या जगापासून बन्याच अंशी वेगळे पडले होते. मामा चांभार (एससी) कुटुंबात जन्माला आले. पारंपरिक स्वरूपात बूट दुरुस्ती आणि चामड्याच्या वस्तू तयार करणे हे या समुदायाचे मुख्य काम. या जन्माबरोबरच त्यांना जातीभेद, आर्थिक संघर्ष आणि जगण्यासाठी निरंतर झटणारी परिस्थिती लहानपणापासूनच अनुभवावी लागली. आयुष्यात पुढे जाऊन त्यांची कीर्ती दूरवर पोहोचली तरी त्यांची चारित्र्यघडण आणि मूल्यांचा पाया, टंचाई व लवचिकता या दोन्ही गोष्टींनी व्यापलेल्या बालपणीच घट्ट रोवला गेला.

ग्रामीण महाराष्ट्रात मामांचा जन्म झाला त्या काळात, समाज मोठ्या प्रमाणात जातीनिहाय व्यवसायपद्धतींवर चालत असे. प्रत्येक जातीला पारंपरिक स्वरूपात ठरावीक कामे वाटप केलेली होती. चांभार समाजाला पादत्राणे दुरुस्त करणे, तयार करणे किंवा इतर चामड्याचे काम अशी कामे करावी लागत. मामांचे वडील गावातील मोची म्हणून अथक राबायचे. गावकरी शेतातून चालत येण्यावर किंवा धुळीच्या रस्त्यांवर अवलंबून असल्याने त्यांच्या चपला आणि बूट दुरुस्त

करणे ही एक अत्यावश्यक सेवा असे. पण काम सतत असेच, असे नव्हते; अनेकवेळा त्यांना मिळणारे मानधनही तुटपुंजे किंवा अन्नधान्याच्या स्वरूपात असे, ज्यामुळे आर्थिक स्थैर्य नेहमीच अनिश्चित राहायचे.

कुटुंबाची प्रमुख जवाबदारी मामांच्या वडिलांच्या खांद्यावर होती. ते आपल्या बुट-दुरुस्तीच्या व्यवसायावर कठोर मेहनत घेत असत आणि मुलांचे संगोपन करण्याचा त्यांचा प्रामाणिक निर्धार होता. तरीही उत्पन्न सातत्याने कमी-जास्त होत असे. शेतजमीन नसल्याने सुरक्षिततेची हमी त्यांच्याकडे नव्हती. अशा ग्रामीण भागात जमीन ही जगण्याची गुरुकिल्ली मानली जाई; कोणताही पीकउत्पादनाचा तुकडा स्थैर्य निर्माण करू शकत होता. त्यामुळे मामांचे कुटुंब नेहमीच दुष्काळ, आर्थिक चढ-उतार आणि गावकऱ्यांच्या सदिच्छेवर अवलंबून होते. शेतकरी जर स्वतःच कठीण काळातून जात असतील तर अशा छोट्या व्यवसायांवर जगणाऱ्या कुटुंबांची परिस्थिती आणखी बिकट व्हायची.

मामांची आई राधाबाई या तितक्याच मेहनती आणि महत्त्वाच्या व्यक्ती होत्या. नांदूर पठार आणि आसपासच्या गावांमध्ये डोळ्यांच्या औषधासाठी तिचे बरेच नाव होते. एक साधे हस्तनिर्मित उपाय म्हणून ती चुना आणि बिल्बोआ यांसारख्या पदार्थांचे मिश्रण करून दोन दिवसात डोळ्यांचे दुखणे कमी करणारा बाम बनवत असे. हा बाम तिने अगदी कमी किमतीत—एका छोट्या डब्यासाठी एक आणे—देत होती, तरी त्या उत्पन्नाने कुटुंबाला गूळ, धान्य किंवा स्वयंपाकाचे तेल अशा अत्यावश्यक वस्तू आणण्यास मदत होत असे. लांबच्या गावांतूनही लोक हा बाम घ्यायला येत, ज्यामुळे माफक असले तरी रोजच्या जगण्यात आधार मिळायचा. या लहानशा उपक्रमातूनच मामांना पुढे जाणवले की, समाजात कोठलेही छोट्या-छोट्या प्रयत्नाचे मोल मोठे असते.

हे सर्व असूनही गरिबीची कसरत चालूच असायची. स्वयंपाकासाठी इंधन गोळा करणे, लाकडे जमवणे, चुलीवरची धुराने भरलेली घरची जागा, हे सारे दैनंदिन ओळखीचे चित्र होते. शेतकऱ्यांकडे जर जमीन व सुरळीत उत्पन्न असेल तर त्यांना थोडीफार सुट होती, पण मामांसारख्या भूमिहीन कुटुंबांना हेही उपलब्ध नव्हते. दुष्काळ पडला किंवा बूट-दुरुस्तीसाठी फक्त तुटपुंजी कामे मिळाली तर खाण्यापिण्याची भ्रांत निर्माण होई. अशा वेळी काही शेतकरी थोडेसे धान्य मदतीसाठी देत, कारण घनदाट कुटुंबाने कधीकाळी त्यांच्या कामात हातभार लावला असेल. या परस्परउपयोगी देवघेवीतून अनेक वेळा चरितार्थ भागायचा, पण ती हमी मात्र कधीच नव्हती.

मामांना दगडू आणि बाबू हे दोन मोठे भाऊ आणि कोंडाबाई, यशोदाबाई, भागाबाई या तीन बहिणींबरोबर एकत्र वाढायची संधी मिळाली. मोठी भावंडं कधी वडिलांच्या मोचीच्या कामात मदत करत, तर कधी गावात इतर किरकोळ कामे करून काही पैसे किंवा अन्न मिळवत. कुटुंब एकत्र असल्याने मातीच्या भिंती व खचलेली छप्पर असलेल्या लहानशा घरात एकमेकांसाठी साधनसामग्री वाटून घेण्याची आणि सहकार्याची भावना निर्माण झाली होती. एखादा नातेवाईक आजारी पडला किंवा मदतीची गरज भासली तर सगळे मिळून त्यांच्यासाठी जीव ओतायचे. पैसा नसला तरी प्रामाणिक कष्ट, सहकार्य आणि एकमेकांची काळजी हीच जीर्ण जगण्याची हमी होती.

मात्र, मामांचे वडील आपल्या मुलांना जातीची बंधने आणि पूर्वग्रहांपासून पूर्णपणे वाचवू शकत नव्हते. व्यवसायाधारित पदानुक्रमात चांभार कुटुंबाला "खालच्या" स्तरात पाहिल्या जायचे. शाळेतही मामांसारख्या मुलांना इतरांसोबत बसू दिले जात नसे; ते बरेचदा बाहेर पोत्यावर बसून दारातून धडे ऐकायचे. गावात औपचारिक शिक्षणाला दुय्यम स्थान असले, तरी अशा उपचारामुळे मुलांना आतून त्रास होत असे. शेजारीकडून एखादा दिवस दयाळूपणा दिसायचा, तर कधी दुसऱ्याच दिवशी कोणी जुनाट पूर्वग्रहाला चिकटून दुरावा दाखवायचा. लहान मुलांसाठी हे सारे संभ्रमक आणि वेदनादायी होते.

या सर्वानंतरही कुटुंबाने एकत्रितपणे स्वतःची ताकद टिकवली. एखादा भाऊ आजारी असेल तर इतरांनी कष्ट उपसून पाणी आणणे, इंधन शोधणे, भांडीकुडी धुणे यासारख्या कामांची जबाबदारी उचलायची. कपडे तुटण्याचे प्रमाण जास्त असल्याने ते पुन्हा शिवले जायचे; एकाच शर्टाचा वापर भाऊ बदलून करत. मामा आणि त्याची भावंडं बराच वेळ अनवाणी फिरायची, वर्षानुवर्षे चालल्यामुळे त्यांच्या पायाला भेगा पडायच्या, पण ते त्यासाठी हताश न होता जिद्दीने परिस्थितीशी लढायचे. शेती नव्हती, पण कामधंद्याचे हंगामही पावसाळ्याने वा सणावारी ठरायचे. कधी बूटांची रिपेअर वाढीने जरा फायदा होई, तर कधी पूर्ण खंड पडायचा. अशा परिस्थितीत रात्री झोपताना पोटात काहीच नसेल असे प्रसंगही ओढवायचे, तरीही अभावातही सन्मान जपण्याची व कधीही फसवेगिरी न करण्याची शिकवण पालकांनी मुलांमध्ये रुजवली.

मामांची आई आपल्या डोळ्याच्या औषधाबरोबरच एक प्रयत्नशील वृत्ती बाळगून होती. गावकऱ्यांना लहानशा डबीत विकल्या जाणाऱ्या बाममधून तिला थोडे पैसे मिळायचे, ते कुटुंबासाठी महत्त्वाचे ठरत. औपचारिक ओळख व प्रमाणपत्र नसले तरी तिच्याकडे एक मौल्यवान ज्ञान होते, ज्याच्या आधारे ती

इतरांना मदत करू शकत होती. हीच भावना पुढे मामांच्या विचारशैलीचा भाग झाली. त्यांच्या वडिलांकडेही आपल्या कामाचा प्रामाणिक अभिमान होता. चपला किंवा बूट दुरुस्त करताना चामडे मजबूत बसवणे, शिवण व्यवस्थित करणे अशा गोष्टींची काळजी ते जाणीवपूर्वक घेत. सहेतुक सेवा देताना ग्राहकांना त्वरित व स्वस्त उपाय मिळावा, अशी त्यांची इच्छा असे. अशा कष्टातूनही कुटुंबाला सढळपणाने जगणे शक्य व्हावे, हा त्यांचा प्रयत्न असे.

गावात सण-उत्सवांच्या काळात वातावरणात थोडा जिवंतपणा येत असे. सर्व जाती-धर्मांचे लोक एकत्र येऊन गाणी गायचे, धार्मिक कार्यक्रम साजरे करायचे आणि जेवणाचे पदार्थ एकत्रितपणे घेण्याचा आनंद लुटायचे. या सामूहिक स्नेहाचे क्षण मात्र अल्पकाळ टिकायचे, कारण सण संपले की पुन्हा जुन्या पूर्वग्रहांचा पगडा समाजावर दिसू लागायचा. मामांसारख्या प्रगल्भ व्यक्तिमत्त्वाने हे विरोधाभास लहानपणीच अनुभवले. त्यांनी पाहिले की, जे लोक कधीकाळी स्नेहाने एकत्र आलेले असतात, तेच नंतर पुन्हा दुराव्याने वागतात. यामुळे त्यांना समजले की, समाजात एकतेची क्षमता नक्कीच आहे, पण ती पूर्णपणे फुलत नाही. ही सल त्यांच्या मनात कायम राहिली आणि समाजातील एकतेचा शोध घेण्याची जिज्ञासा त्यांना सतत प्रेरित करत राहिली.

शाळेतही जात-अस्पृश्यतेचे चटके मामांना सोसावे लागायचे. सहकारी विद्यार्थ्यांकडून 'चामड्याचा वास' किंवा 'तुझ्या डब्यात काय आहे?' या कारणांवरून चिडवणे हे सार्वत्रिक होते. शिक्षकदेखील कधी कधी जातपातीतून वागायचे. त्या निष्पाप वयात ही वेदना आणि हेटाळणीचा अनुभव त्यांना खोलवरचा धडा देऊन गेली. वडीलप्रमाणे हार मानून घरी बसावे की या व्यवस्थेला तोंड द्यावे, याची द्विधा अवस्था पुढील काळातही त्याच्या मनात उमटत राहिली. तरीही आई-वडील जितके शक्य होईल तितके मुलांना पुढे जाण्याची प्रेरणा देत होते.

मोठ्या कुटुंबामुळे एकत्र मदतीची ताकद होती, पण अन्नअसुरक्षितता व जन्मजात असलेल्या आर्थिक अडचणी कायम होत्या. गावकऱ्यांकडून बूट दुरुस्तीसाठी मागणी नसेल, तर अन्नधान्यही मिळत नसे. ज्या वेळेस कुणी काही धान्य दिले, तेव्हा आई ते कुशलतेने स्वयंपाकात वळवायची. जे चार घास वाचायचे, ते मुलांच्या उदरात पडायचे. अशा परिस्थितीतही कुटुंबाने कधी उधार साठवले तरी त्याबद्दल इमान राखणे ही मामांची रोजची शिकवण बनली.

कुटुंबातील दगडू, बाबू, कोंडाबाई, यशोदाबाई, भागाबाई यांच्यासोबत मामाचं नातं कायम कौटुंबिक जिव्हाळ्याचं राहिले. भावंडं एकत्र असल्याने कधी मजेत

वेळ जायचा, कधी कुटुंबावर आलेल्या संकटांचाही वाटा कमी वाटायचा. आई वडिलांच्या उदाहरणातून नैतिकतेची मूल्ये शिकवण्याचा प्रयत्न करत. कधी कमी कपडे, कधी तोकडे अन्न, तर कधी शिक्षा म्हणून वर्गाबाहेर बसण्याचे प्रसंग मुलांनी सोसले, पण त्याचबरोबर एकमेकांसाठी जिव्हाळ्याची भावना टिकवली. हे सारे मामांसाठी पुढील आयुष्यात उपयोगी ठरले. भविष्यकाळात ते गावाबाहेर गेले तरी त्या सुरुवातीच्या शिकवणीचा पगडा त्यांच्यावर आयुष्यभर राहिला.

शेतजमीन नसूनही त्यांना शेतीच्या हंगामाच्या चक्राचा अनुभव आला. पावसाळ्यात चिखलामुळे लोकांची पादत्राणे जास्त खराब होत असत, तेव्हा मामांच्या वडिलांना जास्त काम मिळे. मात्र इतर हंगामांत काम मंदावू शकत असे, त्यामुळे उत्पन्नाची शाश्वती कधीच नसे. हीच अवस्था गावातील इतर बारीकसारीक व्यवसायांचीही असे. या बदलत्या काळात गावाकडे काही कुटुंबे भरपूर अन्नसाठा व मालमत्ता गाठीशी ठेवू शकत, तर मामांसारख्या कुटुंबांना हंगामानुसार संधीची वाट बघावी लागे.

या सर्व सुरुवातीच्या अनुभवांची छाप मामांच्या व्यक्तिमत्त्वावर खोलवर पडली. बालपणीच अन्याय, बहिष्करण, अपमान, परंतु एकाच वेळी अनुभवलेल्या दयाळूपणा आणि लहानशा उपचारांचे मोठे फायदे यांनी त्यांना अंतर्मुख केले. त्यांना इतक्या लहान वयात समस्या व त्यावरचे छोटे-छोटे उपाय दिसत असत. आईच्या औषधामुळे आजारी डोळ्यांना दिलासा मिळतो, वडिलांच्या एका शिवणकामाने चपलेला महिनाभराचा आयुष्यकाळ वाढतो—या गोष्टींचा प्रभाव मामांनी मनावर घेतला. पुढे जाऊन त्यांनी शिक्षणासाठी किंवा समाजउन्नतीसाठी जे काही केलं, ते या सुरुवातीच्या संस्कारातूनच रुजलं.

मामांच्या भविष्यासाठी हा बालपणीचा लवचिकतेचा अनुभव खूप मोलाचा ठरला. जात-पात, आर्थिक मर्यादा, पूर्वग्रह यांच्या जोडीने साधेपणा आणि कौटुंबिक प्रेमदेखील त्यांनी अनुभवलं. आपण जरी भूमिहीन असलो तरी आपण जगावर प्रभाव टाकू शकतो, हा विश्वास त्यांच्यात आधीपासूनच तयार झाला होता. "चिकाटी" आणि "सामाजिक बांधिलकी" हे शब्द त्यांच्या मनात सहजच रुजले होते. जेव्हा ते पुढे जातीनिहाय बंधने मोडण्यात किंवा शैक्षणिक मर्यादा ओलांडण्यात यशस्वी झाले, तेव्हा त्या प्रत्येक निर्णायक पावलामागे बालपणातील काटेरी वाटेचे धडे होते.

एक दिवस कदाचित गावच्या सीमा ओलांडून बाहेरच्या जगात त्यांनी संधी शोधली, तरी बालपणीचे कष्ट, संघर्ष आणि शोषण पचवलेले स्वाभिमानाचे संस्कार कधीच पुसले गेले नाहीत. माफक संसाधने, सामूहिक श्रम, प्रामाणिकपणा

आणि दयाळूपणा यांच्या आधारावर त्यांनी छोट्या गावात शिकलेल्या धड्यांनी त्यांना जगण्याचा संपूर्ण दृष्टीकोन दिला. पुढे त्यांच्या नेतृत्वशैलीतही हेच मूल्य दिसले: कोणत्याही परिस्थितीत साधनसंपन्नतेने, जिद्दीने आणि सदसद्विवेकबुद्धीने वागणे.

या अध्यायातून आपल्या लक्षात येते की, मामांचे कुटुंब आर्थिक, सामाजिक आणि वैयक्तिक आव्हानांना जिद्दीने तोंड देत होते आणि मामांनी लहानपणापासून या सर्व संघर्षांचा साक्षात्कार केला. एका बाजूला शोषण, भेदभाव आणि पूर्वग्रहांचा सामना होता, तर दुसऱ्या बाजूला आपुलकी, प्रेम आणि सामुदायिक सहयोगाची ताकदही अनुभवायला मिळाली. त्यांचे वडील कठोर मेहनत करून कुटुंबाचा उदरनिर्वाह करत होते, तर आई घरीच डॉक्टरशिवाय तयार केलेल्या छोट्या औषधांनी लोकांचे उपचार करत होती. त्यांच्या आई-वडिलांच्या या निःस्वार्थ सेवाभावाने आणि कष्टाने मामांवर गाढा प्रभाव पाडला.

याच प्रेरणेने मामांनी पुढे शेतकरी, कामगार आणि गावकरी यांच्यासाठी काम करणे हे केवळ राजकीय कर्तव्य मानले नाही, तर तो त्यांच्या स्वभावधर्माचा एक भाग बनला. लोकांच्या दुःखावर उपचार बनणे, त्यांच्या समस्या सोडवणे आणि त्यांना न्याय मिळवून देणे हीच त्यांची खरी सेवा होती.

अशा तऱ्हेने, मामांच्या बालपणीचा हा प्रवास नुसता दारिद्र्याचा अनुभव नव्हता, तर प्रतिकूल परिस्थितीतूनही प्रेम, आत्मसन्मान आणि संघर्षातून मार्ग काढण्याची जिद्द प्राप्त करण्याचा टप्पा होता. त्याची बीजे लहान वयातच त्यांच्या मनात रुजली. जन्माच्या मर्यादांपेक्षा मोठे जग असू शकते, आणि स्वप्ने परिस्थितीवर मात करू शकतात, हा विश्वासही त्याच काळात जागा झाला. पुढील काळात ते नांदूर पठारच्या पलिकडे जातील, मोठ्या स्तरावर काम करतील, पण तिथे पोहोचण्यासाठीची ऊर्जा त्यांना या सुरुवातीच्या संघर्षांनीच दिली. ज्या घरात शर्ट फाटला तरी त्याला पुन्हा शिवून वापरण्याशिवाय गत्यंतर नसेल, अशा घरातून पुढे ते अनेकांचे दुआ मिळवतील, ही जाणीव त्यांना त्यांच्याही नकळत या दिवसांनी करून दिली.

त्यामुळे हा ग्रामीण जीवनाचा अध्याय त्यांना खूप काही देऊन गेला. जातिभेद, वंचितत्व, आर्थिक अपुरेपणा यांचे नुसते दुःख नाही, तर त्या सगळ्यांविरुद्ध लढताना निर्माण होणारी साधनसंपन्नता आणि कष्टाला प्रतिष्ठा देणे हे सारे ते इथूनच शिकले. पुढे त्यांनी "कोणतीही मर्यादा चिरून जाता येते" हा सिद्धांत प्रत्यक्ष कृतीत आणला, परंतु त्याचे मूळ बीज हाच ग्रामीण परिसर आणि त्यांची कुटुंबव्यवस्था होती. घरच्या सुगंधाचा एक वेगळा अर्थ इथूनच त्यांना

लाभला—हलाखीतही समाधानी राहायचे, पण समाजातील कोणालाही कधी कमी लेखायचे नाही. हे संस्कार पुढील प्रवासाचे मार्गदर्शक झाले, ज्यामुळे ते जेव्हा उच्च पदांवर पोहोचले, तेव्हा देखील आपल्या मातीशी नाते घट्ट ठेवू शकले.

3

बालपणातील संघर्ष आणि दैनंदिन जीवन

सीताराम "मामा" घनदाट यांचे बालपण एका अत्यंत कठीण आणि संघर्षमय वातावरणात घडले. ग्रामीण भागातील दुष्काळासारख्या नैसर्गिक संकटांचा परिणाम, अनियमित आणि तुटपुंज्या संसाधनांसाठीची स्पर्धा, जातीय पातळीवरील भेदभाव आणि कौटुंबिक जबाबदाऱ्यांची ओढाताण या सर्वांनी त्यांच्या बालपणीचे आयुष्य घडवले. त्यांच्या कुटुंबाची स्थिती अत्यंत साधी आणि आर्थिकदृष्ट्या कमकुवत होती. आई-वडील उदरनिर्वाहासाठी झगडत होते, आणि त्या लहानशा घरात प्रत्येक दिवस नवीन संघर्ष घेऊन येत होता. शाळेत जाणं हेच त्यांच्यासाठी एक मोठं आव्हान होतं. शाळेत मिळणारी मानहानी, आर्थिक परिस्थितीमुळे कपडे, पुस्तके आणि चपला यांची कायमस्वरूपी कमतरता - या साऱ्यांनी मामांना लहान वयातच जगण्याची कठोर आणि अस्सल जाणीव करून दिली.

पण हे बालपण केवळ संघर्षांनीच भरलेलं नव्हतं, तर त्यात एक आशेचा किरण देखील होता. लहान सहान गोष्टींमध्ये आनंद शोधण्याची कला, शिकण्याची तळमळ आणि कोणत्याही परिस्थितीत हार न मानण्याची जिद्द त्यांनी याच काळात विकसित केली. इतरांना मदत करणं, सामुदायिक बंध बळकट करणं आणि परिस्थितीशी सामना करत पुढे जाण्याचा निर्धार हे त्यांनी लहान वयातच शिकले. या संघर्षमय आणि प्रेरणादायी बालपणाचा त्यांच्या पुढील सामाजिक आणि राजकीय वाटचालीवर मोठा प्रभाव पडला. त्यांनी बालपणात अनुभवलेल्या कठीण प्रसंगांनी त्यांना अधिक ठाम आणि सक्षम बनवलं. या भागात आपण

त्यांच्या त्या संघर्षपूर्ण बालपणाचा आणि त्यातून घडलेल्या धाडसी प्रवासाचा सखोल आढावा घेणार आहोत.

मामांचे बालपण अक्षरशः कमी जागा, कमी साधनसंपत्ती आणि अनिश्चित उत्पन्न यांच्या चौकटीत गेले. गावात शेतजमीन असेल तर थोडीफार आर्थिक हमी मिळू शकते, परंतु त्यांच्याकडे जमीन नव्हती. त्यामुळे वडिलांच्या बूट दुरुस्तीच्या व्यवसायावरच संपूर्ण अवलंबून राहावे लागे. विविध हंगामातील चढउतार, गावकऱ्यांचे खर्च कमी झाले की दुरुस्तीकडे मागणीही कमी होत असे, अशा स्थितीत रोजच्या जगण्याची हमी मिळवणे अवघड होई. अनेकदा मामांच्या आईला घरात पुरेसे धान्य नाही, इतका कमी साठा असल्यामुळे तिला शेजाऱ्यांकडून मदत मागावी लागे किंवा एखाद्या शेतकऱ्याने दयाळूपणे दिलेल्या धान्यावर अवलंबून राहावे लागे. हे सारे चालू असताना, त्यांच्या आईला स्वतःहून मिळालेल्या एखाद्या प्रसंगी ती आपल्या डोळ्याच्या औषधाचा छोटासा डब्बा विकून थोडीफार कमाई करायची. ही कमाई कधी पैसे असत, कधी धान्य, तर कधी थोड्या भाज्या. त्या लहान राशीतही त्यांचे पुढील काही दिवसांचे जेवण ठरायचे.

घरातील जागा मर्यादित असल्याने एकच खोली स्वयंपाकघर, झोपण्याची खोली आणि कधी जेवणघर म्हणून वापरावी लागे. त्यामुळे मुलांना घरातील रोजच्या कामात मदत करणं भाग होतं. मामाही आपल्या भावंडांसोबत लाकूड आणणे, पाणी भरून ठेवणे, घरात झाडलोट करणे अशी कामे करत. यातून त्यांच्या मनात "घर म्हणजे एकसंध प्रयासाचा परिणाम असतो," ही भावना लवकरच रुजली. रात्री एकाच खोलीत सगळे जमले की, मामांच्या वडिलांना दिवसभराच्या कमाईबद्दल बोलताना, पुढच्या दिवसाची काळजी व्यक्त करताना ऐकून मामांना रोजच्या संघर्षाची लहानशी झलक मिळे. अन्न कमी पडले तर दुसऱ्या दिवशीची व्यवस्था कशी करायची, एखाद्या शेजाऱ्याने धान्य दिले तर त्याच्या बदल्यात काय सेवा देता येईल, यावर चर्चा चाले. एका अर्थाने, लहानपणीच त्यांनी कुटुंबातील आर्थिक नियोजन जसे-च्या-तसे पाहिले. हा अनुभव त्यांना पुढे आयुष्यात गोष्टींचा ताळेबंद सांभाळताना उपयुक्त ठरणार होता.

अन्न, वस्त्र अशा मूलभूत गरजांसाठीही धडपड असताना दुसरीकडे जातीय भेदभावाने कुरतडणारा एक सलाही होता. चांभार (एससी) समाजात जन्मल्याने गावातील लोकांच्या मनात त्यांच्याबद्दल पक्के पूर्वग्रह होते. "खालची जात" म्हणून अनेक जण त्यांच्या घरी न यायचा प्रयत्न करत, किंवा आले तरी चपला-दुरुस्तीची गरज असलेल्या वेळेसाठीच येत. अगदी शाळेतही मामांना बाहेर बसवलं जाई, कारण "तुमची जात वेगळी आहे," हे एकमेव कारण. वर्गातल्या

मुलांसोबत त्यांना बसण्याची मुभा नसे. ते मैदानावर, पोत्यावर बसूनच शिक्षकांचे धडे ऐकायचे. खिडकीच्या कडेने डोकावून ते ब्लॅकबोर्डकडे बघायचे प्रयत्न करत. इतर मुलांशी मैत्री करावी तरी कशी? काहींनी प्रयत्न केला तरी त्यांच्या घरच्यांचा विरोध असे. अशा परिस्थितीत मामांनी आपल्या शिकण्याच्या इच्छेची राख होऊ दिली नाही. इतके दिवस आपण कवडीमोल संसाधनांसाठी झगडत असताना, जाणिवेने आपल्याला शिक्षण घेण्यापासून देखील वंचित ठेवले जाऊ नये, अशी त्यांची ठाम भूमिका होती. त्यामुळे इतर कुणाला पटो न पटो, ते स्वतः मात्र हार न मानता जे शक्य होईल ते सर्व करून शिकण्याचा प्रयत्न करत. एखादा जुनाट पुस्तकाचा तुकडा सापडला तरी ते तो नीट जपून ठेवायचे. शिक्षकांनी खडूने लिहिलेले अक्षर एकदाच जरी त्यांना दिसले तरी स्मरणात ठेवून ते घरी जाऊन मातीवर किंवा धुळीत ते अक्षर काढायचे प्रयत्न करायचे.

दिवसभराच्या या वृत्तीनंतर संध्याकाळी घरी आले की तोच अंधुक दिवा, धुकट प्रकाश, मर्यादित अन्नसाठा, विहिरीवरून भरून आणलेले पाणी, एखादी बारकी झाडाची मोळी इंधनासाठी वाचवली जायची. कधी कधी गावातील कुणी जर आर्थिकदृष्ट्या थोडे चांगले असतील आणि त्यांनी दुरुस्ती करायला बूट दिले असतील, तर रात्रीपर्यंत मामांचे वडील ते काम पूर्ण करून काही पैसे किंवा धान्य मिळवू शकत. या लहानशा उत्पन्नातून घरात दुसऱ्या दिवशी एखादा गोड पदार्थ शिजवता आला, तर ते आईसाठी आणि मुलांसाठी मोठा आनंदाचा क्षण ठरायचा. त्या साध्या परिस्थितीतही असे छोटे आनंदाचे क्षणच खऱ्या समाधानाचे ठरायचे.

मात्र, बालपण केवळ खेळ आणि मौजमस्ती यापुरते मर्यादित नव्हते. "उद्या काय खायला मिळेल?" किंवा "शाळेत बसू देणार का?" यासारख्या गंभीर प्रश्नांचा विचार लहान वयातच करावा लागणं ही वास्तवाची कटू जाणीव बनली होती. मामांना लहानपणापासूनच या कठोर परिस्थितीचा सामना करावा लागला आणि त्यामुळेच त्यांच्या मनात संवेदनशीलता आणि परिस्थितीचे भान लहानपणापासूनच दृढ झाले.

कधी कधी संपूर्ण गावाचाच उत्साह वाढवणारे सण-उत्सव येत. एखादी यात्रा, धार्मिक जत्रा किंवा वार्षिक सोहळा असेल तर लोकांचा ओढा गावाकडे वाढे. यामुळे बूट शिवायचे किंवा दुरुस्त करायचे काम वाढे, त्यामुळे मामांचे वडील काही दिवस तरी थोडे अधिक उत्पन्न कमावू शकत. मग घरात सढळ हाताने पदार्थ बनत, लहानशी पण आनंदाची पर्वणी असायची. मामांसाठी हे सोहळे उत्सव नसून "दिवसातील लहान आनंदाचे क्षण" असायचे, कारण तेव्हा भुकेची सल थोडी कमी व्हायची आणि घरातले वातावरण थोडे सुटकेचे वाटायचे. मात्र, हा सुगीचा काळ

सण साजरा होताच संपायचा. जातीय बंधने आणि दारिद्र्याची जळमट पुन्हा माथी यायची. तशातही, मामा नेहमी मनात "हे काही शेवट नाही," असा आशावाद ठेवायचे.

शाळेच्या अंगणात, वर्गाबाहेर आणि पोत्यावर बसणे ही वेदनादायी गोष्ट लहान मुलाच्या मनासाठी होती, तरी त्यापेक्षा जास्त दुःखदायक दुसरे म्हणजे इतर मुलांकडून चिडवणे, हेटाळणी किंवा शिक्षकांचा तटस्थपणा. काही शिक्षक मंडळींना माणुसकी असेल तरी समाजाच्या बंधनांमुळे ते फारसे खुलून मदत करू शकत नसत. तर काही शिक्षक स्पष्टपणे "खालच्या जातीतील मुलांना" जवळपास आणायचे टाळत. बाहेर बसणारा, अंगावर नीट कपडे नाहीत, पुस्तकांची सोय नाही, चप्पल नाही असलेला मुलगा म्हणजे "भटक्या" किंवा "आळशी" असे एक दिव्य लेबलही लावले जाई. एवढ्या इवल्याशा वयात मामा द्वेष, उपेक्षा, अवहेलना आणि एकटेपणाचे आघात सोसत होते. तरीही "शाळेत जाणे सोडायचे नाही," ही जिद्द त्यांच्यात धगधगत राहिली. "मला बसू देत नसाल तर मी उभा राहीन, ऐकत राहीन," अशी आंतरिक जिद्द अनेकदा त्यांच्या डोळ्यात दिसे. कधी कधी, एखादा सहृदयी वर्गमित्र वहीचा एक भाग थोडक्यात दाखवायचा, तुकडा देऊ करायचा. हे लहान लहान क्षणही मामांसाठी मोठा आधार असायचे.

इतर मुलांना साध्या गोष्टी सहज मिळायच्या, जसे गणवेश, चपला, वही-पुस्तकं. पण मामा यांना त्या गोष्टींची व्यवस्था स्वतःच करायची असे. कोणी जुन्या वहीचे उरलेले कोरे पान दिले तर त्यात आपल्याला लिहिता येईल की नाही, हे त्यांनी तपासायचे. "धूळीत अक्षरे काढून सराव" ही त्यांची नेहमीची पद्धत होती. एकदा वर्गात ऐकलेल्या शब्दांचा उच्चार लक्षात ठेवून घरी रात्री मिणमिणत्या दिव्यात तो शब्द मातीवर काढायचा. कधी लिहिण्यात चूक झाली तर पुन्हा धूळ साफ करून शेवटी योग्य शब्द लिहिणे जमले काय, हे ते पाहायचे. अशा परिघाबाहेर चालू असलेल्या शिक्षणातही त्यांची जिद्द वाढत गेली. "जे मला नाकारले जाते, ते मी आणखी जोमाने मिळवेन," हा विचार त्यांना अधिक कणखर बनवत होता.

गावातील दैनंदिन कष्टांचे स्वरूपही फार वेगळे नव्हते. हिवाळ्यात कडाक्याची थंडी, पावसाळ्यात किचकट चिखल आणि उन्हाळ्यात वणवा असा प्रत्येक ऋतू अतिशय खडतर. गावातल्या उघड्या रस्त्यांवर चालणे, विहिरीवरून पाणी आणणे, शेती कामासाठी दुरुस्तीचे साधन-लाकडे गोळा करणे, इत्यादी गोष्टींमधून हातपाय फाटेपर्यंत कष्ट घ्यावे लागत असत. मामांना लहान वयातच या साध्या गोष्टींची जाणीव झाली. आई-वडिलांना हातभार लावता लावता, त्यांचे

स्वतःचे बालपणच एक प्रकारे मोठ्या जबाबदारीने व्यापले गेले. या सर्वात त्यांना फायदा असा झाला की, "जबाबदारी कशी सांभाळायची, संकटांच्या वेळी शांतपणे काय करायचे," हे ते लवकर शिकले. आपण ज्या कठीण परिस्थितीत आहोत, तिची केवळ तक्रार न करता तीतून मार्ग काढण्याची उमेद त्यांनी तेव्हाच बाळगली.

गावातील अन्य मुलांसोबत मामांचे संबंध मर्यादित असले, तरी सामुदायिक जीवनाचे काही पैलू त्यांना नेहमी प्रेरित करायचे. एखाद्या शेतकऱ्याला अडचण असली, तर इतर शेतकरी काही प्रमाणात मदत करायचे. एखाद्या झाडाची फांदी पडल्यामुळे रस्त्याला अडथळा निर्माण झाला तर काहींनी मिळून ती हटवायची. सार्वजनिक विहिरीची देखभाल कशी ठेवायची, हेही सामूहिक रीत्या ठरत असे. या गोष्टी पाहून मामांना वाटे की, "जर आपण व्यक्तिगत पातळीवर एकत्र येऊन काम करू शकलो, तर खूप सारे प्रश्न कमी होऊ शकतात." त्याचबरोबर, जातीय भिंतींदरम्यानचे व्यवहारही त्यांना खूप खटकायचे. "जर इतर जणांच्या फाटलेल्या बुटांचे शिवणकाम आम्ही करतो, तर आम्हाला शिक्षणासाठी झटकले का जाते?" हा प्रश्न त्यांच्या मनात वारंवार येई. अशा विरोधाभासातूनच पुढे ते समाजसुधारणेशी निगडित विचार करतील, परंतु त्या बीजांचे अंकुर त्यांच्या बालपणीच रोवले गेले.

कधी कधी त्यांची आई डोळ्याच्या औषधामुळे प्रसिद्ध झाल्याने दूरच्या गावातही लोक घरी यायचे, तेव्हा मामांनी त्यांच्यासोबत लहानशी बोलणी केली की, "कुठून आला? कोणते गाव? तिथे शाळा कशी आहे?" अशा प्रश्नांतून ते खूप काही जाणून घ्यायचे. "इतर ठिकाणी कदाचित मुलांना वर्गात बसायला मिळत असेल," हा विचार त्यांच्यासाठी एक प्रोत्साहनच होता. एका अर्थाने, "माझ्या गावाबाहेरचे जग कसे असेल?" हा प्रश्न त्यांच्या मनात येऊ लागला. तिथे कदाचित जातीय जाच नसतील, शिक्षणाची व्यवस्था चांगली असेल, व्यवहारासाठी जादा संधी मिळतील. ही स्वप्ने त्यांच्या मनात जरी अस्पष्ट असली तरी जगण्याच्या आशेचा एक नवा किरण दाखवत असत.

अंधार गडद झाला की, मामांचा दिवस थोडा शांत व्हायचा. घरात एकत्र बसून, वडील निरुत्साहित असले किंवा काहीसा थकलेला स्वभाव दाखवत असले तरी मामांच्या मनात एक आशावाद असायचा. "उद्या चांगले होईल," हा विचार ते धरून ठेवायचे. रात्रभर झालेला बारकासा अभ्यास, एखादे शब्दज्ञान किंवा शेजाऱ्याने सांगितलेली एखादी गोष्ट, ती ते मनात घोळवत राहायचे. म्हणतात ना, "निराशा असली तरी स्वप्ने पाहण्यात पैसा लागत नाही." मामांनी तीच

भूमिका घेतली. जर त्यांना शाळेत शाबासकी मिळाली नाही तरी, "माझ्या आतमध्ये क्षमता आहे," हे ते स्वतःला बजावत. जिथे मान्यताच मिळत नाही, तिथे स्वयंस्फूर्तीने प्रगती साधणं खरेच कठीण, पण याच उलटपक्षी, ते एका अर्थाने अधिक आत्मविश्वास निर्माण करणारेही ठरले.

एखाद्या दिवशी दोन्ही वेळचे जेवण पुरेसे असेल, भावंडांना थोडीपार भूक भागे, असा दिवस दिलासा देऊन जायचा. पण दुसऱ्या दिवशी पुन्हा अडचणी. मामांचे बालपण म्हणजे हाच सततचा ऊन-पाऊस, आशा-निराशेची हलकी फेरी, मेहनत आणि अपरिहार्य अनिश्चिततेची सावली. बालपणातील संघर्षाने मामांचे व्यक्तिमत्त्व इतके घट्ट केले की, काहीही झाले तरी आपली तग धरायची, हा निश्चय त्यांनी मनाशी पक्का केला. "एका गरीब ग्रामीण कुटुंबात जन्मलो म्हणून काय झाले, माझी स्वप्ने लहान नाहीत," हा विचार त्यांचे रोजचे बळ बनत गेला. यांनी शिक्षण, सामुदायिक मदत, उद्यमशील वृत्ती, गरजूंप्रती सहानुभूती इत्यादी मूल्ये अनुभवसिद्धतेने आत्मसात केली. त्यामुळे त्यांच्या बोलण्यात आणि कृतीत पुढे प्रगल्भपणा दिसून आला.

शेवटी, त्यांच्या बालपणाची मोट बांधणाऱ्या अनेक सूक्ष्म घटनांमधूनच आपण पाहतो की, त्यांच्यातील माणुसकी, लढाऊपणा, आणि नेतृत्वगुण बालपणीच रुजले. घरच्या परिस्थितीत तरीही रोज लढणे—भुकेशी, शिक्षणातील अपमानाशी, कामाच्या शोधाशी, जातीय पूर्वग्रहांशी—या सर्वांचा परिणाम म्हणून त्यांच्या बालमनात "हा संघर्ष संपवायचा असेल तर आपण पुढे काही तरी वेगळे केले पाहिजे," ही चेतना प्रबळ होत गेली. या चेतनेमुळे भविष्यकाळात त्यांनी जी राजकीय आणि सामाजिक पाऊले उचलली, ती केवळ स्वतःच्या भल्यासाठी नाही, तर एकंदरीत वंचित समुदायांच्या हितासाठी साकारली गेली. लहान वयातच अनुभवलेल्या उपेक्षेने त्यांना समाजाच्या दुर्लक्षित भागाभोवती एक आपुलकीची भावना दिली. "इतरांना जे मिळते ते आम्हालाही मिळायला हवे, मग ते शिक्षण असो, रोजगार असो किंवा सामाजिक स्वीकृती," असा आग्रह ते मनोमन बाळगू लागले.

बालपणातील लहानमोठ्या संघर्षांनी ते कधीही संपूर्णपणे खचले नाहीत. उलटपक्षी, त्यांनी त्या संघर्षांतील सकारात्मक धडे हाती घेतले—प्रामाणिक मेहनत केल्यास कधी थोडेफार समाधान मिळू शकते, एकमेकांची मदत करून जीवनाचा प्रवास सोपा करता येतो, जातीय भेदभाव हा समूळ नष्ट केला गेला पाहिजे, आणि शिक्षण ही प्रगतीची सर्वात मूलभूत गुरुकिल्ली आहे. ही मूल्ये पुढे जाऊन त्यांच्या विचारधारेचा कणा ठरली. म्हणूनच, बालपणीच्या या संघर्षाच्या

आठवणी त्यांच्या भविष्यकाळात बारकाईने डोकावत राहिल्या. कुठल्याही मोठ्या सभेत बोलताना किंवा एखादी योजना आखताना, हा बालपणीचा अनुभव मनात असावा, जेणेकरून वंचितांना, दुर्लक्षितांना सोबत घेऊन कसे चालता येईल, याचा विचार ते रचनात्मक पद्धतीने करतील.

अशा रीतीने बालपणातील दैनंदिन जीवनाचे कठोर वास्तव आणि संघर्ष हे मामांच्या मनाशी थेट जोडले गेले. जिथे इतरांसाठी मुलपण म्हणजे बेफिकीर जगणे आणि मजा असू शकते, तिथे मामा यांना आधीच व्यवहारिक जगाचे धडे गिरवावे लागले. अन्न सुरक्षा, अंगावर नीट कपडे नसणे, वर्गात बसू न देणे, गावातील श्रेष्ठत्व-पातत्वाच्या परंपरा आणि शारिरीक श्रमातून होणारी थकावट—या सर्वांचे एकत्रित ओझे मामांनी लहानशा खांद्यावर पेलले. ही आव्हाने केवळ शारीरिक नव्हती, तर मानसिक आणि भावनिक स्वरूपाचीही होती.

मामांची प्रकृती अत्यंत संवेदनशील आणि निरीक्षणक्षम होती. समाजातील भेदभाव, अन्याय आणि असमानता त्यांना लहान वयातच जाणवत होती. "जे काही इतर मुलांना जाणवत नाही, ते मला का दिसते?" असा प्रश्न त्यांच्या मनात वारंवार उमटत असे. परंतु, घरी जाताच रोजच्या संघर्षांनी भरलेली परिस्थिती त्यांना पुन्हा भानावर आणत असे. लहान बहीणभावांची काळजी, आई-वडिलांची थकलेली नजर, त्यांची रोजची झुंज—हे सारे मामांनी आपल्या लहान वयातच अनुभवले. या सर्व प्रतिकूल परिस्थितीतही त्यांचे मन कठोर न होता अधिक संवेदनशील होत गेले. "आज जे मी पाहिले, त्यावर विचार करून मी उद्या थोडे निराळे वागेन," असे त्यांचे बालहृदय रोज ठरवत असे. प्रत्येक अनुभव त्यांना अधिक प्रगल्भ बनवत गेला, आणि त्यांच्यात समाजात परिवर्तन घडवण्याची तळमळ निर्माण करत गेला.

त्या काळात शासनाकडून मिळणारी मदत मर्यादित असे. नांदूर पठारसारख्या गावात फार मजूर कामही उपलब्ध नसे. त्यामुळे अनियमित पगारावर आणि सहज मिळणाऱ्या लहान चाकऱ्यांवर कुटुंबाचे अश्रू पुसायचे. मामांनी चिमुकल्या वयातच हे जाणले होते की, "आपल्या स्वप्नांना पंख लावायचे असतील तर आपल्याला इथून बाहेर पडून पाहावे लागेल." गावाबाहेर असेल तो शिक्षणाचा प्रकाश, संधींचा शोध हे त्यांना विलक्षण आकर्षक वाटायचे. रात्री अर्धपोटी झोपायची वेळ आली तरी मनात "एक दिवस मी हे सारे बदलावीन," हा विचार हळूच जागा व्हायचा. शेजारी, मित्रमंडळी, शिक्षक यांच्यापैकी कुणी जर इंग्रजीतले एखादे शब्द उच्चारले तर मामा डोळे विस्फारून ऐकायचे. "शिक्षणात एक वेगळी ऊर्जा आहे, ती मला लाभली तर मी सर्व बदलू शकेन," हा विश्वास—मग तो बालिश

असो वा उदात्त—त्यांना मनातून कधीही सोडवत नव्हता.

गावातील जीवनकहाणी बालपणी अनुभवलेल्या लहानमोठ्या प्रसंगांनीच फुलली होती. एकेदिवशी एखादा माणूस धावत येऊन सांगतो की, "माझ्या बैलाला काही रोग झालाय, आईच्या औषधाने त्याला फायदा होईल का?" तर दुसऱ्या दिवशी कुणी बूट फाटले म्हणून अगदी चिडचिडीच्या सुरात दुरुस्ती करायला येतो. तिसऱ्या दिवशी शेजारच्या कुटुंबात लग्न असल्यामुळे सगळे लोक आनंदाच्या वातावरणात असतात, पण आदरातिथ्यातही मामांच्या कुटुंबाला कुठेतरी बाजूला ठेवले जाते. या भेदाचा दर्द मामा अनुभवत असत. "सुखाच्या प्रसंगात सर्वांना सामावून घ्यावे," असा त्यांचा बालमनाचा साधा विचार असे, पण प्रत्यक्षात "तुम्ही खालच्या जातीचे, दूर राहा," अशी नजर दिसायची. त्यामुळे "समाजाने एकमेकांविषयी मतभेद कमी करून खऱ्या अर्थाने एक होणे," हे त्यांचे स्वप्न बालपणीच अंकुरले. पुढे राजकीय आणि सामाजिक स्तरावर त्यांनी दाखवलेला बांधीलकीचा दृष्टिकोन याच स्वप्नातून जन्माला आला.

मामा वाढत गेले तसे त्यांचे निरीक्षण प्रगल्भ झाले आणि जिद्दही वाढत गेली. शिकण्यासाठी साधने कमी होती, पण इच्छाशक्ती मजबूत होती. मोठे भाऊ कधी मार्गदर्शन करत, कधी अनभिज्ञ असत. मामांनी स्वतःच शिकण्याचा मार्ग शोधला. शब्दांचा उच्चार, लेखन पद्धती हे लक्षात ठेवत ते स्वतःलाच बजावायचे, "दुसऱ्या दिवशी पुन्हा आठवूया." स्वतः शिकण्यात त्यांना आनंद मिळत होता.

शिक्षण न मिळाल्याने थांबण्याची त्यांची भूमिका नव्हती. अनेकजण म्हणायचे, "बाहेर बसून किती दिवस शाळेत राहशील?" पण मामा ठाम उत्तर द्यायचे, "बाहेर बसलो तरी मी येणारच." हाच निर्धार त्यांना पुढे घेऊन गेला.

दैनंदिन जीवनात मनोरंजन आणि शिक्षणाच्या संधी कमी असल्याने त्यांची जिज्ञासा आणि सर्जनशीलता वाढली. घरी चपलेची शिवण, औषधनिर्मितीचे उपाय – सगळं शिकण्याची त्यांची उत्सुकता होती. मामांचे निरीक्षण एवढे सूक्ष्म होते की त्यांना घरच्या गोष्टीतूनच शिक्षण मिळत होतं. लहानसहान वस्तू बनवता येतात आणि त्यातून उत्पन्नही मिळू शकते, हे त्यांना कळले.

बालपणातल्या संघर्षांनी मामांची जिद्द, सामूहिकता आणि शिक्षणाची धग वाढवली. ते स्वतःला बजावत, "माझ्या दुःखांमधून इतरांनाही मदत होऊ शकते." पुढे समाजकार्य, राजकीय नेतृत्व किंवा लोककल्याणाच्या योजनांसाठी काम करताना त्यांनी सामान्य माणसांच्या व्यथा ओळखल्या. भुकेची वेदना, शिक्षणाबाबतची चिंता, रोजच्या जगण्यातील अनिश्चितता – सगळं त्यांना माहीत होतं.

या संघर्षांमधून त्यांच्या नेतृत्वक्षमतेची बीजे रुजली. "जे मिळालं नाही ते मिळवायचं," हा निर्धार त्यांनी मनाशी घट्ट केला. त्यांच्या बालपणातला प्रत्येक अनुभव त्यांना पुढे नेण्यास मदत करणार होता. त्यांच्या जीवनातील प्रत्येक संघर्ष आणि शिकवण त्यांच्या पुढील यशस्वी प्रवासाचं पायाभूत होतं.

4

महत्त्वाकांक्षेचे बीज: मर्यादित शालेय शिक्षण

ग्रामीण भागात वाढणाऱ्या अनेक मुलांसाठी शिक्षण ही जगण्याची गरज आणि एक आव्हान दोन्ही असते. शालेय शिक्षण पिढीजात दारिद्र्यातून सुटण्याचे आश्वासन देते, पण मर्यादित संसाधने आणि आर्थिक अडचणीमुळे अनेक कुटुंबांसाठी ते कधीकधी "लक्झरी" वाटते. सीताराम "मामा" घनदाट यांच्या आयुष्यातही हेच झाले. त्यांच्या गावात चौथीपर्यंतच शाळा उपलब्ध होती आणि ती पूर्ण केल्यानंतर पुढील शिक्षण घेण्याची संधी त्यांना मिळू शकली नाही. तथापि, या मर्यादित शालेय शिक्षणाने त्यांच्या मनात आशेचे बीज पेरले, ज्यामुळे आयुष्यात नव्या संधी शोधण्याची त्यांची जिद्द आणखी वाढली.

मामांच्या गावातली शाळा अगदी साधी होती. मोजके वर्ग, तेच शिक्षक अनेक वर्गांना सांभाळणारे आणि खेळाचे मैदान म्हणून वापरले जाणारे एक अंगण एवढाच पसारा. अभ्यासक्रमही चौथीपर्यंतच मर्यादित होता. पुढील शिक्षण हवे असेल, तर जवळच्या शहरात किंवा दूरच्या शाळेत जावे लागे. बहुतेक मुलांसाठी चौथीपर्यंत पोहोचणं हेही मोठे यश मानलं जाई; कारण कितीतरी मुलं घरच्या अडचणींमुळे त्याआधीच शाळा सोडत. मामांसारख्या उत्साही विद्यार्थ्यालाही चौथी नंतर कसे पुढे जावे, याचा मार्ग नव्हता. त्यामुळे शिक्षणाचा हा तुटलेला प्रवास त्यांच्यासारख्या जिज्ञासू मुलांसाठी वेदनादायी ठरला.

तरीही या अल्प शिक्षणाने त्यांना शिकण्याची खरी आवड निर्माण केली. मराठी ग्रंथ वाचता येऊ लागल्यावर नैतिक कथा आणि साध्या गोष्टीतून त्यांचा दृष्टीकोन विस्तारला. अंकगणितामुळे दैनंदिन व्यवहारात मदत झाली. वर्गात

कविता किंवा प्रार्थना म्हणण्याच्या संधीमुळे त्यांना स्वतःला व्यक्त करण्याचे बळ मिळाले. हे सगळे अनुभव त्यांच्यात अधिक शिकण्याची तळमळ निर्माण करत होते. शाळा सुटल्यानंतर ते वही-पुस्तके घरी घेऊन जात आणि अनोळखी शब्द कळण्यासाठी कोणाची तरी मदत घेत असत. गावाबाहेरून आलेल्या लोकांशी ते मनमोकळी चर्चा करत, कारण त्यांच्याकडून नेहमीच काहीतरी नवीन शिकता येत होते. त्यामुळे पुढे शिक्षण घ्यायला न मिळणे त्यांना जास्तच खटकू लागले.

मामांना लवकरच कळले की, औपचारिक शिक्षण पुढील संधी निर्माण करण्यासाठी किती महत्त्वाचे आहे. जर लिखाण-वाचन चांगले जमले तर सरकारी कागदपत्रे सहज भरता येतील किंवा शारीरिक श्रमांवर अवलंबून न राहता इतर कामं मिळवता येतील, अशी त्यांची आशा होती. मात्र त्यांच्याघरी दारिद्र्य आणि अनिश्चित उत्पन्नामुळे पुढील शिक्षणासाठी पैसा खर्च करणं शक्य नव्हतं. जवळच्या शहरात शिकायचं तर वाहतूक आणि राहण्याचा खर्च भरमसाट होता. शिवाय मामा घरी अनेक कामांमध्ये मदत करत; ते दूर गेले तर कुटुंबाच्या दैनंदिन जगण्याला धक्का बसला असता. त्यामुळे त्यांना शाळेच्या बाहेरच थांबावे लागले.

गावापासून शाळेला जाण्यासाठी अंतरही मोठे होते. बस किंवा सायकलची तजवीज झाली तरी रस्ता खडतर, वाहतूक अनियमित आणि खर्च अनियंत्रित असे. काही कुटुंबांजवळ इतपत साधनसुविधा होत्या की ते मुलांना थोड्याफार मोठ्या शाळेत पाठवू शकत, पण मामाच्या पालकांना ते शक्य नव्हते. मुलाला दूर पाठवण्याची भीती आणि खर्च अशक्यच होता. त्यामुळे मामांना गावातच राहावे लागले, जरी त्यांचे मन बाहेरच्या जगाचे स्वप्न पाहत होते.

शालेय शिक्षण अचानक थांबल्यामुळे मामा हिरमुसले असले तरी, त्यांनी शिक्षणाचा आस सोडला नाही. सीमित वर्गातलं शिक्षण त्यांच्या मनात प्रबोधनाची ठिणगी लावून गेलं होतं. ते वास्तविक जगाकडून शिकू लागले. ग्रामपंचायतीतील वाद-विवाद, धार्मिक कार्यक्रम, प्रवासी व्यावसायिक यांच्याकडून मिळणाऱ्या छोट्यामोठ्या माहितीचे ते तपशीलवार निरीक्षण करत. गावात शाळेला जास्तीत जास्त विस्तार असता तर किती फायदा झाला असता, याची खंत त्यांना नेहमीच वाटली. पण तेवढीच ती त्यांची प्रेरणाही ठरली. "गावामध्ये मिळत नसेल तर दुसरीकडे मिळेल," या भावनेने ते सतत प्रोत्साहित होत गेले.

आई-वडील गरीब असले तरी मुलाच्या शिक्षणाची महत्त्वाकांक्षा त्यांनी कधी दाबली नाही. मात्र प्रत्यक्षात त्यांना आर्थिक सहायता देता आली नाही. हे न सांगितलेले दुःख मामांनी जाणले. ते शिकू शकले नसले तरी एक दिवस दुसरीकडे संधी मिळाली, तर त्याचा फायदा घ्यायचा, हा निश्चय त्यांनी केला. त्यांनी

पालकांना दोष दिला नाही; उलट त्यांच्या कठीण परिस्थितीची जाणीव ठेवूनच, एक दिवस आपल्यासारखी मर्यादा इतरांना भोगावी लागू नये, असा त्यांनी निर्धार केला.

समाजव्यवस्थेत उच्च शिक्षण घेणे कठीण असले तरी शिकण्याची आवड मामांच्या ठायी जागी होती. त्यांच्याकडे चौथीच्या पुढील औपचारिक शिक्षणाची कागदोपत्री संधी नव्हती, पण ते दैनंदिन जीवनातूनच नव्या गोष्टी टिपत राहिले. अनेकांना शेतजमीन, पाऊस, बियाण्यांचे तंत्र माहिती होते; त्यामुळे त्यांनी गावातल्या ज्येष्ठांकडून प्रश्न विचारून ते समजून घेतले. बाहेरच्या व्यापाऱ्यांकडून शहरी बाजारपेठेबद्दल ऐकताना ते मनापासून कान देत. अशा पद्धतीने त्यांनी विस्तृत जगाचा अंदाज घ्यायला सुरुवात केली. हे बहुरंगी ज्ञान पुढील प्रवासात त्यांच्यासाठी अतिशय उपयुक्त ठरणार होते.

गावातील इतर काही मुलांना पुढील शिक्षणासाठी जाऊ देताना पाहिले की मामांना वाईट वाटे, पण तेवढाच एक नवीन विश्वासही वाटे—"एक दिवस आपल्यालादेखील संधी मिळेल." त्या मुलांकडून येणाऱ्या गोष्टी ऐकून, शहरांतील राहणीमान, त्यांची शिकण्याची प्रगती आणि बदललेले जीवन याबद्दल मामांना जाणून घ्यायची उत्सुकता असायची. शहरात शिकणे खूप खर्चिक असले तरी त्यातून मिळणाऱ्या फायद्याची जाणीव त्यांना होती. या सर्व गोष्टी ऐकल्यावर कधीकधी त्यांना मत्सर वाटायचा, पण त्याचवेळी त्यांचा दृढनिश्चयही वाढायचा.

मामांची गोष्ट इतर अनेक गरीब कुटुंबांच्या मुलांचीच प्रतिनिधी गोष्ट आहे. आर्थिक दुर्बलता, मर्यादित स्थानिक सुविधा, जातीपद्धतीची जोखडं या सर्व अडथळ्यांमुळे बालपणातील शिक्षण बऱ्याचदा पातळी ओलांडू शकत नाही. काहीजणांनी ते तसेच मान्य केले, पण मामांसारख्यांना त्यापेक्षा अधिक करण्याची आस लागली. गावात मिटिंगमध्ये रात्री दबक्या गप्पा व्हायच्या. कोणी मुंबईला जाण्याची स्वप्ने पाहायचे, कोणी पुण्यात शिकून सुतारकाम किंवा शिवणकाम करून भविष्य घडवायचे विचार करायचे. या बोलण्यात मामा एकटे नव्हते; त्यांच्या मनातील ऊर्मीही तशीच होती.

मामांच्या पालकांनी त्यांना पुढील शिक्षणासाठी पाठवू शकले नाहीत, पण त्यांचे मौनही खूप बोलके होते. संसाधने नसल्याने मुलाला शाळेत पाठवता येत नाही, हे किती जिव्हारी लागणारे आहे, याची जाणीव मामांना होती. परंतु त्यांनी या परिस्थितीला शरण न जाता, एक दिवस दुसरा मार्ग निर्माण करायचा असा निश्चय केला. पुढील काळात शहरात जाणे, वेगवेगळ्या नोकऱ्या करून पाहणे किंवा नव्या लोकांकडून शिकण्याच्या त्यांच्या प्रत्येक निर्णयावर या अपूर्ण

शिक्षणाच्या सलाची छाप उमटली.

चौथीनंतर शिक्षण थांबल्यामुळे मामांच्या आयुष्याला मर्यादा भासल्या, पण त्याच वेळेला कल्पकता आणि जिद्द वाढली. त्यांनी प्रतिकूल परिस्थितीवर मात करून कुठूनही ज्ञान मिळवायचे ठरवले. गावातील एकंदर व्यवहारावर ते बारकाईने लक्ष ठेवत असत, प्रसंगी मोफत मिळणारे कुठलेही लिखाण वाचायचा प्रयत्न करत. त्यामुळे अमूल्य अनुभव आणि माहिती त्यांच्याकडे जमा होत गेली. या निरीक्षणातून, समाज कसा चालतो, व्यवहार कसे होतात, लोकांना कशा अडचणी येतात, हे ते समजू लागले. औपचारिक शिक्षणापेक्षा वेगळ्या पद्धतीने, पण अत्यंत मूल्यवान अशा अनुभवांमधून ते शिकत राहिले.

चौथीपर्यंतचे शिक्षण हे मामांसाठी कागदोपत्री अंतिम पाऊल असले तरी त्यांच्या मनातील शिक्षणासाठीची वाटचाल तिथूनच सुरू झाली. अडचणींनी घेरले तरी स्वप्ने पाहायची हिम्मत ते गमावले नाहीत. नंतरच्या काळात जेव्हा ते मोठ्या शहरात गेले, विविध कामांत स्वतःला आजमावून पाहिले, तेव्हा त्यांना या जिद्दीचा खूप आधार मिळाला. इतर मुलांना शिक्षणातून वंचित राहावे लागू नये, यासाठीही ते प्रयत्नशील झाले. चौथीपर्यंतचे शिक्षण मर्यादित असले तरी त्यात रुजलेल्या त्यांच्या महत्त्वाकांक्षेने पुढील आयुष्यभर त्यांना चालना दिली.

इथपर्यंतच्या प्रवासात मामा फक्त एका लहानशा शाळेचे माजी विद्यार्थी राहिले नाहीत; तर त्याच वातावरणातून पुढे जाण्याचा निर्धार करणारे एक धाडसी व्यक्तिमत्त्व बनले. पुढील अध्यायांमध्ये आपण पाहू की, मर्यादित शालेय शिक्षणामुळे निर्माण झालेली जिद्द आणि आशा, मोठ्या शहरांमध्ये जाऊन स्थिरावण्यात आणि समाजाला दिशा देण्यात कशी मदत झाली. आत्ता मात्र, गावातील शाळेची शेवटची चौथी आणि मनात प्रज्ज्वलित झालेले जास्त शिकण्याचे स्वप्न—यांच्यामधल्या दरीने त्यांचे बालपण आकार घेत होते. पुढे जाऊन या दरीवर ते स्वतःचा वेगळाच पूल बांधतील, जो केवळ त्यांच्या गरजांसाठीच नव्हे, तर इतरांनाही अधिक संधी मिळवून देण्यासाठी ठरेल.

5

मुंबईची पहिली पायरी : आशा आणि वास्तव (१९५०)

१९५० च्या दशकात तरुण सीताराम "मामा" घनदाट यांनी आपल्या लहानशा गावातून मुंबईकडे प्रयाण करण्याचा निर्णय घेतला, तेव्हा त्यांच्या मनात एकाच वेळी उत्साह आणि भीती दाटून आली होती. ग्रामीण भागातील मर्यादित पर्याय, तुटपुंजे शिक्षण आणि कुटुंबावर सततचे दारिद्र्याचे सावट पाहता, शहरात जाऊन नशीब आजमावण्याची इच्छा त्यांच्यासारख्या अनेक तरुणांमध्ये तेव्हा निर्माण होत असे. गावात जातिभेद आणि पारंपरिक व्यवसायाचे दबाव असल्याने मोचीपेश्यापलीकडे प्रगतीची संधी नव्हती, हे मामा जाणून होते. त्यामुळे या अलिप्तशा वाटणाऱ्या गावातून बाहेर पडून मुंबईत काही तरी मोठे साध्य करता येईल, अशी स्वप्ने त्यांनी पाहिली. मोठे शहर म्हणजे कामधंद्यांच्या संधी, कदाचित निश्चित पगार आणि कुटुंबाला मदत करण्याची क्षमता, या आशेने ते रेल्वेच्या डब्यात चढले. त्यांच्याकडे होते ते फक्त चौथीपर्यंतचे शिक्षण, अगदी कमी प्रमाणात पैशाची शिदोरी आणि अनिश्चिततेने भरलेले मन.

रेल्वे प्रवासाची त्यांच्यासाठी ही पहिलीच वेळ असावी. गावाजवळच्या स्टेशनमधून सुटणारी गाडी अंधुकसा गजर करत मार्गस्थ होताना, मामा खिडकीतून बाहेर पाहत असे. धावत सुटणाऱ्या झाडा-वस्त्या, लहानमोठी स्टेशनं, विक्रेत्यांचे आवाज आणि सहप्रवाशांच्या गप्पा या सगळ्याची सर त्यांच्या

गावातल्या शांततेला नव्हती. तरीही त्यांच्या मनात एक जिद्द होती—इथून पुढे शोधाशोध करायची, कष्ट करायचे आणि कसेही करून एक मार्ग काढायचा. गावात राहून त्यांना पारंपरिक व्यवसायात फारशी प्रगती दिसली नव्हती. शिवाय, आई-वडिलांकडेही मुलांना जास्त शिक्षण द्यायला आर्थिक साधने नव्हती. त्यामुळे हे स्थलांतर हा एकमेव मार्ग उरला होता, जिथे "कदाचित" काही तरी सापडेल, या आशेने ते प्रवास करत होते.

मुंबईच्या मध्यवर्ती स्थानकावर पोहोचल्यावर मामा रुळांवरून पसरणाऱ्या प्रचंड गर्दीला सामोरे गेले. त्यांचे रेल्वेच्या डब्यातून उतरतानाचे दृष्यच वेगळे असावे: प्लॅटफॉर्मवर लोकांना गाठड्यांसह धावपळ करताना पाहून, एकामागोमाग एक जाहिरातीचे फलक, टॅक्सी-रिक्षांचे हॉर्न, आकाशाला भेदणाऱ्या इमारती आणि कोलाहलाचे आवाज. शहराचा हा विस्तीर्ण भार पाहून मामांना दडपणही आले असणार. मात्र, त्यांच्याकडे परत मागे जाण्याचा पर्याय उरला नव्हता; त्यांचे सर्वस्व या शहरातच दडलेले होते. गावापासून दूर, आप्तेष्टांपासून दूर, तरीही या कोलाहलात आपले स्थान शोधण्यासाठी त्यांचे मन धडपडू लागले.

मुंबईत आल्यावर मामांनी सर्वप्रथम एखाद्या नातेवाईकांकडे राहण्याची आशा केली असली, तरी वास्तव निराशाजनकच ठरले. काळा चौकीच्या आंबेवाडी भागात कोंडाबाई नावाच्या एखाद्या आत्या किंवा चुलतीकडे ते गेले असावेत. कल्पना अशी होती की, ती त्यांना आपल्या चाळीत एखादी जागा देईल. मात्र, कोंडाबाईच्या छोट्याशा खोलीत दोन मुली, एक मुलगा आणि नवरा यांसह आधीच नऊदहा जणांचा रहिवास असेल; त्यामुळे कोणताही कोपरा मोकळा नव्हता. चाळींमध्ये मुळातच जागेची चणचण. अर्ध्या जागेत पाच-दहा जण सामावून घेतलेले असतात. अशा परिस्थितीत, मामा तिथे थांबूही शकले नाहीत. अशावेळी ते गावाहून आलेल्या इतर विस्थापितांप्रमाणे रस्त्यावरच्या जागेकडे वळाले. झोपण्यासाठी साधी चटई, एक बारीक अंथरूण, एवढेच सोबतीला घेऊन मुंबईच्या सार्वजनिक जागेत आपला कुठेतरी कोपरा शोधण्याशिवाय त्यांच्या हातात गत्यंतर नव्हते.

मामांनी काळा चौकीतील बसस्टॉप क्रमांक ४४ येथे आश्रय घेतला. दिवसात हा बसस्टॉप लोकांनी फुलून गेलेला असे, पण रात्री उशिरा बसंची संख्या कमी झाली की काही जण इथे झोपायचे. फूटपाथवर किंवा स्टॉपच्या बाकांवर ताणून दिलेले अंथरूण, ओढणीची उशी आणि वर शहराचा आभाळऐवजी पातळ छप्पर एवढीच आसरा. बेघरांसाठी हे शहर जसे अतीव संधी देणारे, तसेच क्रौर्यही दाखवणारे ठरत होते. झोपेच्या वेळीही काळजी—चोर, गुंड किंवा कधीकधी पोलिसांच्या गस्तीतून

हटकून उठवणारे प्रकार होऊ शकत. अशा मोकळ्या जागेत, महत्त्वाची कागदपत्रे किंवा थोडेफार पैसे जपून ठेवणेही मोठी धडपड असे. तरीही, घरी परत न जाण्याची धमक आणि मुंबईत काहीतरी साध्य करण्याचा इरादा मामा सोडत नव्हते.

याच परिसरात मामांची भेट एका फुलविक्रेत्याशी झाली. हा माणूस रात्री अपरात्रीही स्टॉल उघडा ठेवून फुलमाळा विकत असे. त्याच्याकडे मोठमोठ्या टोपल्या, मंद विद्युत दिवा, कधी तरी येणारे ग्राहक आणि थोडेफार काम करणारे लोक होते. मामांचे प्रामाणिकपण किंवा त्यांच्या डोळ्यातल्या असहाय निश्चयाने प्रभावित होऊन त्याने मामांना मदत पुरवली. तो त्यांना म्हणाला की, "तुझे अंथरूण वगैरे इकडे ठेवू शकतोस; दिवसाभर ते बरोबर घेऊन फिरणे तुला अवघड पडेल." अशा प्रकारे मामा दिवसात आपल्या चटई-पांघरूणाचा गठ्ठा तिथे ठेवू लागले. रात्री पुन्हा धावा करत स्टॉलजवळ आले की, फुलविक्रेत्याचा मंद उजेड त्यांना नेहमीच जिव्हाळ्याचा वाटायचा. किंबहुना, ही छोटी अनामिक कृतीही माणुसकीची नौदल दिसावी असा अनुभव होता. कधीकधी मामा त्या फुलाच्या टपरीवरची टोकरं उचलण्यात हातभार लावत, चहा आणून देत, कधी थोडीफार साफसफाई करत. त्याबदल्यात विक्रेत्याने त्यांना तिथे रात्र काढू द्यायची.

हे बेघरपण वरकरणी भयंकर वाटत असले, तरी मामांच्या मनात शहरातल्या मोठ्या संधींची आशा होती. त्यांनी क्रॉफर्ड मार्केट भागात चाकरमान्यांच्या, फळभाज्या विकणाऱ्या व्यापाऱ्यांच्या गर्दीत फिरणे सुरू केले. जवळपास सगळीकडे अशिक्षित किंवा अल्पशिक्षित तरुणांच्या लांबच लांब रांगा काही ना काही काम मिळेल या आशेने थांबलेल्या असत. मामांना आपल्या मोची कौशल्यावर भरोसा होता. चार पैसे मिळवण्यासाठी ते बूट पॉलिश, किरकोळ शू दुरुस्ती, सुटकेसचे लेदरचे तुकडे वगैरे टाकण्याचे काम हाती घेत. कधी काही नाणे मिळाले, तर रात्रीची चहाची सोय होई. कधी थोडे जास्त मिळाले, तर वडापाव किंवा कधी उसाचा रसही घेता येई. तरीही हे उत्पन्न प्रचंड अनियमित होते. काही दिवस दुपारीच खिशात काही नाणी साठली, तर कधी दिवसभर हिंडूनही एखादी चिल्लरटीपही मिळाली नाही.

झवेरी बाजार हा परिसरही मामा बघू लागले. सोन्या-चांदीच्या दुकानांत श्रीमंत ग्राहक येत. कदाचित कुणी बूट पॉलिश करायला देईल, 'काही पैसे अधिक मिळतील' या कल्पनेने ते तिथेही थांबत. कधी दुकानदारांनी परवानगी दिली, कधी त्यांनी हटकून हाकलले. अशा प्रकारे मामा एका जागेवर न थांबता आज इथे, उद्या तिथे पायपीट करत राहिले. त्यांची दिनचर्या गेल्या काही महिन्यांत रुळायला लागली होती—पहाटे चार-साडेचारला उठून फुलविक्रेत्याच्या

स्टॉलमागून आपला गठ्ठा घेणे, प्राथमिक गरजांसाठी कुठेतरी एका सार्वजनिक नळाजवळ रांग लावणे, मग क्रॉफर्ड मार्केट किंवा इतर वर्दळीच्या भागात शू पॉलिश व दुरुस्तीचे काम मिळेल का याचा शोध घेणे, दिवसभर थकून रात्री काळा चौकीला परत येणे. रात्री उशिरा फुलविक्रेत्यासोबत थोड्या गप्पा होत, एखादा साधा चहा मिळे; मग मामाला त्या कोपऱ्यात आपली चटई पसरून दिवसाचा शीण घालवावा लागे.

साधारण काही महिन्यांनी कदाचित त्यांच्या मनात नैराश्याचे काळे ढग येऊ लागले असतील. ते गावातून शहरात आले तेव्हा "निव्वळ शू पॉलिश करून जीवन जगायचे" असे कधीच स्वप्न पाहिले नव्हते. मात्र, शिक्षण कमी असणे, आर्थिक पाठबळ नसणे, ओळखी-परेचयांचे तोकडे जाळे, या सर्वांनी मामा बऱ्याच अंशी निरुपाय बनत होते. कधीकधी ते परत गावी जावे का, अशी तगमग त्यांच्या मनात येत असे. तिथे कमाई जेमतेम असेल, पण निदान झोपण्यासाठी पक्के घर आणि आई-वडिलांचा आधार मिळेल. मग स्वतःलाच बजावून ते थांबत, कारण मुंबईत जर संधी मिळाली तर मिळणाऱ्या पैशांनी घर दुरुस्त करू शकतील, भावंडांना मदत करू शकतील, असे त्यांना वाटत असे. या इच्छा, ही स्वप्नेच त्यांना टिकवून ठेवत होती.

या दरम्यान, मामा काळा चौकीतील इतर झोपडपट्टीवासीयांनाही हळूहळू ओळखू लागले. इथे एका अरुंद गल्लीत टिनचे छप्पर असलेली छोटी खोली, तिथे कार्डबोर्डने आडोसा केलेले छत आणि शेकडो लोकांची रेलचेल, ऐसी चाळ/ झोपडी वस्ती होती. सार्वजनिक शौचालयांच्या रांगा, नगरपालिकेच्या नळाने पाणी भरण्यासाठी सकाळी लागणारी तोबा गर्दी, गढूळ पाण्याची टँकर्समधून होणारी विक्री—सगळेच कसे एकमेकांत मिसळलेले होते. काही लोक पडेल ते काम करून, काही भाजी विकून, काही छोट्या कारखान्यात नोकरी करून तग धरून होते. या वस्तीतील सामुदायिक जीवन देखील एक आश्चर्य असायचे. अनेकांना न्यून दर्जाची जीवनशैली स्वीकारावी लागली असली, तरी एखाद्या कुटुंबाला अत्यवस्थ वाटल्यास शेजाऱ्यांकडून तात्पुरती मदत मिळे. एखाद्या झोपडीतील धान्य संपले तर आजूबाजूच्या लोकांकडून वाणसामान उधारीवर मिळे. नेहेमीच सगळी दारं बंद नसत; कोणत्या तरी तिरक्या उघड्या दरवाज्यातून "ए, तुका, जरा मीठ दे!" असं साध्यासुध्या हाकांवर मदत व्हायची. मामा या वातावरणात धीटपणे सामावू पाहत होते.

मामांची जन्मजात निरीक्षणशक्ती इथेही सतत जागी असे. त्यांनी पाहिले की, शहरातील लोकजीवन खूप वेगवान असले तरी त्यात माणुसकीचे क्षणही

आहेत. एक फुलविक्रेता त्यांना थोडी जागा देतो, कुठे दुकानदार एखादा अति घाईतला ग्राहक त्यांच्याकडे पाठवतो, कुठे एखादा माणूस शू पॉलिश करून "बाळा, हे घे" म्हणून एखादी जास्तीची आठ आणी हातावर ठेवतो. या अशा छोट्या चांगुलपणाने मामा दिवसागणिक शहरात अधिक घट्ट पाय रोवायला शिकू लागले. प्रत्येक दिलेली छोटीशी टिप हे जगण्यासाठीचे इंधन होते, पण त्यापेक्षा जास्त ते एक दिलासा होता—या शहरात सर्वांनाच जरा जास्त प्रयत्न करावे लागतात, पण प्रयत्न करणाऱ्याला मदत करणारी काही हातही असतात.

जिथे स्पर्धा अधिक असेल तिथे कदाचित सोने मिळते, असा एक विचार बळावू लागला. कारण मुंबई तेव्हा तेजीने वाढणारा महानगर होता. तिथे रोज गिरण्या सुरू, बंद होत; व्यापारी घाऊक बाजारातून माल आणून विकत. सतत नवी बांधकामे, नवे प्रकल्प, नव्या कारखान्यांची सुरुवात—यामुळे अनेक प्रकारची छोटी-मोठी कामेही उपलब्ध होत असत. मात्र, त्यासाठी उंबरठे झिजवावे लागतात, ओळखी मिळवाव्या लागतात. मामा एखाद्या दिवशी गोदीच्या बाजूला जात, तिथे मालवाहू ट्रकमधून सामान उतरवण्याचे काम मिळेल का, हे शोधायचे. दुसऱ्या दिवशी एखाद्या कारखान्यापुढे चौकशी करायची. पण फार काळ या जागी काम सुरू असले, तरी त्यांच्यासाठी सुरू असेलच असे नाही. प्रत्येक ठिकाणी विचारण्या करून, फॉर्म भरणे, साक्षीदार दाखवणे वगैरे अटी असल्यास मामांसाठी गोष्ट कठीणच असे.

अशा परिस्थितीत त्यांना प्रथमदर्शनी सुलभ वाटणारे काम म्हणजे शू पॉलिश आणि किरकोळ दुरुस्तीच. आपल्याला बालपणी मोचीपेशाची थोडी तोंडओळख होती, याचा फायदा त्यांनी घेतला. कधीकधी एखाद्या रेल्वे स्थानकाबाहेर ते चामड्याच्या पिशव्या आणि बूट दुरुस्त करण्यासाठी थोडेफार काम शोधायचे. जरी उत्पन्न पाच-दहा आण्यांपर्यंतच असले, तरी दिवसामागे दिवस नेटाने ते करत राहिले. एखाद्या सुदैवाने मिळणाऱ्या चांगल्या टिपमधून त्यांनी थोडेफार पैसे बाजूला काढायचे. "कधी तरी आपली एक छत असलेली खोली घेऊ," ही कल्पना कधी त्यांच्या मनात लखलखून जात असे. पण प्रत्यक्षात खोली भाड्याने घेण्यासाठी किंवा अडचणीत पडू नये म्हणून अनामत रक्कम भरण्यासाठी लागणारे पैसे जमा व्हायला पुरेसा काळ हवा होता.

शहरातील या धकाधकीच्या आयुष्यातही मामांनी प्रयत्नांची पराकाष्ठा सुरूच ठेवली. सुरुवातीच्या वर्षभरातल्या या दगदगीत शारीरिक थकवा आलेला असला तरी मानसिकदृष्ट्या ते अधिक लवचिक होत गेले. रोज ठरावीक गल्ल्यांत दिसणाऱ्या चेहऱ्यांची त्यांना ओळख झाली. एखाद्या गृहस्थाने एकदा त्यांच्या

सेवेचा लाभ घेतला तर दुसऱ्या वेळी स्वतःहून थांबून "अरे, बूट पुन्हा पॉलिश करतोस का?" असे म्हणायचा. अशा चिमुकल्या संवादांनी मामांना शहरात थोडे आत्मविश्वासाचे वलय लाभू लागले. कधी कधी ते रस्त्यावर उभे राहून वेगवेगळ्या वयोगटातील लोकांना पाहून विचार करत: या लोकांपैकी किती जण गावातून आले असतील? त्यांनाही सुरुवातीला अशीच कसरत करावी लागली असेल का? मुंबईसारख्या नगरीत कोणीही अचानक श्रीमंत किंवा स्थिर होत नाही; एखाद्याने प्रयत्न केले, तर एखाद्या क्षणी योग्य संधी गवसते आणि आयुष्य बदलून जाते, अशी आशा त्यांच्या मनात वाढू लागली.

असे असताना, गावातील नातेवाईकांकडून एखाद्याचा चिठ्ठी किंवा निरोप कधी येई. "घरची परिस्थिती तशीच बिकट आहे, आई-वडिलांना मदत करा," असा संदेशनिर्देश. मामा अडचणीत असले तरी जमेल तेव्हा थोडीबहुत रक्कम नातेवाईकांकडे पाठवत असत. तिला व्यवस्थित पोहोचवणेदेखील एक दिव्य होते—धाड किंवा पोस्टाने पैसे पाठवायचे, हाताला चाकं लागून कुणाच्याही हातात ते पोहोचू नयेत याची चिंता. तरीही, जमेल तेव्हा दोन-चार रुपये गोळा केले की ते पाठवत, कारण जेव्हा ते गाव सोडून आले, तेव्हा त्यांनी चांगली कमाई करून घरी मदत करण्याचे वचन दिले होते. बहुतेक वेळा ते स्वतःही कसाबसा गुजराण करत असत, पण गावाकडे भुकेची पाळी येऊ नये, म्हणून त्यांनी हा त्याग पत्करला. ही त्यांची बांधिलकी त्यांच्या आई-वडिलांनी लहानपणापासून दिलेल्या संस्कारांचेच फलित म्हणता येईल.

सुमारे दोन-तीन वर्षे अशा परिस्थितीत काढल्यानंतर मामांना अनेक कठीण दिवस पहावे लागले. कधी मुसळधार पावसामुळे रस्त्यांवर झोपणे मुश्कील झाले. पाणी चहूबाजूंनी झिरपत रस्त्यावर सांभाळून चालणेदेखील कठीण व्हायचे. फुलविक्रेत्याचा स्टॉलही अर्धा ओलाच असायचा; तेव्हा मामा रात्रीची थोडी जागा शोधण्यास दुसरीकडे वणवण करत. कधी बसस्टॉपचा तुटका भाग, कधी एखाद्या उद्यानाच्या कोपऱ्यातली फरशी, कधी दुकाने बंद झाल्यावर त्यांच्या ओसऱ्यात टेकवलेला गावठी पुठ्ठा—अशा कुठल्यातरी सोयीवर ते समाधान मानत. या सगळ्या त्रासातूनही त्यांच्यातली जिद्द कायम टिकून होती. "ही वेळ तात्पुरती आहे," असे ते स्वतःला बजावत. प्रत्येक छोट्या सहयोगाने, छोटीशी कमाईने, त्यांना वाटायचे की आपण मुंबईत हुशारीने काम केले तर एक दिवस नक्कीच उभे राहू.

त्यांच्या मनात शहराबद्दल खूप विविध छटा उमटत असत. एका बाजूला मोठमोठ्या इमारती, सुभग रस्ते, गगनचुंबी मॉल किंवा दुकाने आणि शाही कपडे

घालून वावरणारे लोक दिसत. दुसऱ्या बाजूला ही झोपडपट्टी, फुटपाथवरील घरं, गरिबी आणि हरतऱ्हेचे काम शोधणारे असहाय जीव. इथं विषमताही प्रचंड होती. मामा विचार करत, "कधी कधी एकाच रस्त्यावर एकीकडे आलिशान मोटारी, दुसरीकडे फाटक्या कपड्यात जेवणासाठी भीक मागणारे लोक हे एकाच वेळी पाहून मन सुन्न व्हावे." हे मोठे शहर कधीकधी नकोसे वाटायचे. पण मग तेवढ्याच तडक शुद्धीत परत कामाच्या मागे लागायचे. कारण गावाकडे परतल्यावर, तिथेही कोणताच बदल संभवत नव्हता. इथे किमान परिवर्तनीय संधी तरी मिळू शकते, असे त्यांना वाटे.

मुंबईतल्या या सुरुवातीच्या काळातील संघर्षांमधून मामांची जडणघडण झाली. ते आपल्या स्वभावात अधिक सांभाळून घेणे, इतरांना समजून घेणे आणि क्वचित प्रसंगी मदत मिळाली, तर त्याची शतपट परतफेड करण्याची सवय अंगी बाणवू लागले. शू पॉलिशच्या कामात त्यांची रोखठोक वागणूक, प्रामाणिक व्यवहार आणि जिद्द दिसून येत असे. कधी एखाद्या ग्राहकाने फसवणूक केली किंवा "उद्या देतो" म्हणून टाळले, तरी ते काही दिवस दुःखी होत. नंतर मन पुन्हा सावरून दुसऱ्या ग्राहकाशी हसतमुखाने बोलायला सुरुवात करायचे. अशा प्रचंड मनोधैर्याची गरज शहर जगवते; यात अनेक गटागटांमध्ये जगणारे लोक आपापली जागा शोधत असतात.

अशा कठीण काळातही मामांना शहराच्या विस्ताराचा फायदा होतो, असे ते मनाशी समजू लागले. मुंबई अखंड वाढत होती: नवीन गिरण्या, भांडवली उद्योग, बंदरातून होणारा आयात-निर्यात व्यापार, नवे प्रकल्प—या गोष्टींमुळे कामाच्या संधी उपलब्ध होत होत्या. जरी अशा बहुतेक कामांवर मोठी स्पर्धा असली, तरी चार-पाच ठिकाणी पूछताछ केल्यावर कधी एखाद्या जागी "ठेकेदाराला आणखी कामगार हवे आहेत" किंवा "बंद पडलेल्या गिरणीत आता नवे यंत्र आले, काही ट्रेंड लोकांना काम मिळू शकते" अशी माहिती मिळे. मामांना शिक्षण नव्हते, विशेष कौशल्यही नव्हते, पण परीक्षेप्रमाणे प्रत्येक संधीचा ते समाचार घेत. कधी कधी दिवसभर रांगेत उभे राहूनही काही हातात येत नसे. तरीही जिथे चार पैसे मिळण्याची दाट शक्यता असेल, तिथे ते आनंदाने जाण्यास तयार असत.

वस्तीत स्थायिक होण्यासाठीही ते प्रयत्नशील राहिले, पण तिथेही अडचणी होत्या. झोपडी वा चाळीतील जागा घेण्यासाठी अनामत रक्कम, मासिक भाडे, तसेच मध्यस्थ किंवा दलाल यांच्या देणग्या या गोष्टींची जमाबंदी करणं महाकठीण होतं. तेव्हा मामा परत "कधी तरी हे जमेल" अशा भावनेने तग धरून राहायचे. काही दिवसांनी मुळात तिथलेही ओळखीचे लोक "अरे, सोबत राहशील

का? किराएचा वाटा द्यावा लागेल" अशी ऑफर देत. पण किराया पुरवणे हा एक मोठा प्रश्नं होता. शू पॉलिशमधून मिळणाऱ्या अनिश्चित पैसे कमाईतून मासिक खर्चाचे नियोजन करणे हे जिकिरीचे काम असे. दर महिन्याला जवळपास सततची मजुरी हवी, जे साध्य नव्हते. तरीही मामा एकीकडे जिद्दीने शिलकीची थोडीफार रक्कम जमवत, "कधीतरी एखादी खोलीदेखील आपली असेल," अशा आशेने.

याच दरम्यान शहरातल्या अनियंत्रित वाढीमुळे समस्या वाढत होत्या. लोकांनी शहराकडे मोठ्या प्रमाणात धाव घेतली होती. यातल्या अनेक जणांना गावाकडे शिक्षण नव्हते, जमीन नव्हती, मिळकतीचे साधन नव्हते. त्यामुळे मुंबईत येऊन मेहनतीच्या कामात स्वतःला झोकून देणं हा एक पर्याय असे. या गर्दीत मामा उभे होते. मात्र, या गर्दीचा त्यांच्यावर परिणाम असा झाला की कोणत्याही कामासाठी अनेकजण स्पर्धेत असत. कौशल्य किंवा शिक्षण नसलेल्यांना पटापट नकार मिळे. जे काही मजुरीचे काम मिळेल, ते ताबडतोब स्वीकारायचे. मग त्यात सुरक्षेचा अभाव असो किंवा दिवसातून वीस तास उभे राहावे लागो—अपेक्षा करायला जागा नव्हती. यामुळे मामा शारीरिकदृष्ट्या थकून जात, तरी "हा मार्ग आम्हाला पुढे घेऊन जाईल" म्हणून ते प्रयत्न सोडत नसत.

त्यांच्या दृष्टीनं या पहिल्या काही वर्षांतल्या काळात केवळ आर्थिक संघर्षच झाला असे नाही, तर मानसिक बळाचेही कसोटीचे दिवस होते. जेव्हा चार दिवस चांगली कमाई व्हायची, तेव्हा जरा आत्मविश्वास वाढे. मग पुढील आठ-दहा दिवसांना कामच मिळाले नाही तर सारे वाताहात होई. तेव्हा रात्री बसस्टॉपवर झोपताना स्वतःशीच बोलायचे—"शहर एवढे मोठे आहे, काही ना काही मला मिळाल्याशिवाय राहणार नाही. कदाचित आज नाही, पण उद्या नक्कीच." अशा शब्दांनी स्वतःला सावरून पुन्हा दुसऱ्या दिवशी उठायचे आणि जोमाने बाहेर पडायचे.

कधीकधी शहरातील लोकांच्या वेगवेगळ्या स्तरांमध्ये मिसळताना मामांना एक वेगळाच अनुभव येई. काही श्रीमंत कुटुंबे रस्त्याने जाताना लोकांना दानधर्म करून जात, एखादे नाणे किंवा थोडे अन्न देत. काही लोक पार हेटाळणीची वागणूक करत. तर काही लोक चांगलाच सल्ला देत, "अरे, तू अमुक एक ठिकाणं बघ, तिथे कदाचित काम मिळू शकेल." त्यांच्या जीवनातल्या प्रत्येक वळणावर चांगली माणसं आणि वाईट अनुभव दोन्ही होत असत. तरीही, जेव्हा कोणी मदतीचा हात पुढे करे, तेव्हा मामा कृतज्ञ होत. या कृतीचे प्रतिबिंब त्यांच्या पुढील जीवनात उमटल्याचे दिसते. कारण पुढे जाऊन त्यांना सामाजिक भान आले, इतर गरजवंतांना आधार देण्याची वृत्ती त्यांच्या स्वभावाचा भाग बनली. तेव्हा या

सुरुवातीच्या दिवसांत त्यांनी मानवी स्वभावाचे खूप रंग बघितले असणार.

या कठीण प्रवासातदेखील मामांनी शिक्षणाचे मूल्य कधीच नाकारले नाही. लहानपणी चौथीपर्यंत शिकतानाच त्यांना वाचनाची गोडी लागली होती. शहरात एखाद्या दुकानाबाहेर ओरडणारे फलक, जाहिरातपत्रे, बातम्या यांचे मराठी किंवा थोडेफार हिंदी वाचन त्यांना शक्य व्हायचे. सुरुवातीला इंग्रजी अक्षरे फारशी समजत नसली तरी टपऱ्यांना, जाहिरातपटांना, रस्त्यांच्या पाट्यांना ते पुन्हा पुन्हा वाचण्याचा प्रयत्न करत. कधीकधी शेजारी उभ्या असलेल्या एखाद्या गृहस्थाला विचारायचे, "अणि हे काय लिहिलंय?" मग ते आई-बाळासारखी शिकवणी देत असत. अशा पद्धतीने मामांनी क्रॉफर्ड मार्केट, भेंडी बाजार, झवेरी बाजार, काळा चौकी इत्यादी अनेक ठिकाणांची अक्षरओळख तयार केली. शिवाय, अशिक्षित असल्या लोकांसाठी फॉर्म, पत्ता, शिक्के अशा गोष्टी समजावून देण्याचे किरकोळ काम ते अगदी मोफत करून द्यायचे. यातून काही लोकांनी "धन्यवाद, भाऊ" म्हणून जरा मदतही केली असेल. ही सर्व अपरिहार्य सीख मामा आत्मसात करत होते—शिकण्याची प्रक्रिया केवळ शाळेतच होत नाही, तर जीवनाच्या प्रत्येक क्षणी होते, हे त्यांना पुरेपूर पटले.

याच शिकण्याच्या वृत्तीमुळे पुढे ते स्वतःचा व्यवसाय उभा करू शकले. या सुरुवातीच्या धडपडीतूनच पुढील अध्यायांचा पाया घातला गेला. जरी त्यांनी त्या क्षणी ते ओळखले नसेल, तरी सततची शोधमोहीम, लोकांशी संवाद साधण्याची तयारी, कोणत्याही प्रकारच्या कामाबद्दलची लाज न बाळगता घेतलेला पुढाकार आणि इतरांनी दाखवलेली थोडीफार दयाळूपणा—या सगळ्याचा एकत्रित परिणाम त्यांच्या वाढीवर झाला. या काळाने त्यांना शहरी जीवनाचे गुंतागुंतीचे धडे दिले; सामाजिक विषमता काय असते, सामुदायिक मदत कशी असते, आणि मनातली जिद्द कशी एकजुटीने संघर्ष करते, याची थेट प्रात्यक्षिके त्यांना अनुभवता आली.

ही संपूर्ण घडण त्यांच्या पुढील प्रवासाची बीजे ठरली. मुंबईत अनेकांना अशी झळ सोसावी लागली होती. मामा त्या सर्व धकाधकीतही आशावाद न सोडता चिकाटीने जगत राहिले. प्रत्येक रात्री उघड्यावर झोपण्यासाठी जागा शोधणारा तो तरुण, दुसऱ्या दिवशी नव्या उमेदीनं उठून रस्त्यांवर भटकत जगाकडे नव्याने बघायचा. मिनिटागणिक तो शहराच्या स्वभावाबद्दल नव्या गोष्टी शिकत होता, आपल्या सामर्थ्याची आणि धैर्याची परीक्षा घेत होता. "हीच माझी पहिली पायरी—पुढे काही तरी घडेलच," असे ते स्वतःला बजावायचे.

अशा रीतीने मुंबईतली पहिली दोन-तीन वर्षे त्यांच्यासाठी अत्यंत खडतर गेली, पण त्याच वेळी प्रगतीची शक्यता खोलवर रुजली. त्यांना काही ठोस आर्थिक स्थैर्य मिळाले नव्हते, तरीसुद्धा शहराच्या ऐन मध्यभागी फिरून, वेगवेगळ्या भागांत शू पॉलिश किंवा दुरुस्ती करताना दूरवरच्या जगाबद्दल त्यांची ओळख होत होती. इथलं ऐश्वर्य आणि त्याच्या विरुद्ध दिशेने जाणारी गरिबी, झोपडपट्टीतलं नाजूक सामुदायिक जीवन, एकमेकांच्या दुःखात सहभागी होणारे शेजारी, फुलविक्रेत्यांसारखी दयाळू माणसे आणि अपमान करणारे बेगडी उच्चभ्रू—हे सगळे अनुभव त्यांच्या मनावर ठसा उमटवत होते.

या दिवसांनी त्यांच्यातील सामाजिक भान अधिक प्रगल्भ केले. पुढे ते मोठे होत गेले तशी या व्यापक अनुभवांची सांगड घालत, त्यांनी इतरांना मदत करणारे हात पुढे केले. जिथून ते स्वतः आले होते, त्या दारिद्र्याच्या गर्तेतून बाहेर पडताना आपल्यासारख्या इतर बेघर, असहाय तरुणांची किती वाताहात होते, हे त्यांनी प्रत्यक्ष पाहिले होते. त्या अनुभवामुळे त्यांनी ग्रामीण भागातील वंचितांपासून ते शहरी झोपडपट्टीत राहणाऱ्या दुर्दैवीपर्यंत सर्वांबद्दल सहानुभूती बाळगली. माणूसपण जपत जगणे म्हणजे काय, हे त्यांनी त्याच झोपडपट्ट्यांमध्ये आणि फुलांच्या स्टॉलच्या कट्ट्यावर शिकलो, असे ते पुढे नेहमी सांगत असत.

मुंबईतल्या जीवनानुभवाने त्यांच्यात एक बळकट आधार तयार केला. ते कधीच एखाद्या मोठ्या पदावर नव्हते, उच्चशिक्षितदेखील नव्हते, पण या महानगरी संघर्षाने त्यांना लोकांचे दुःख ऐकण्याची ताकद दिली. या काळात एक गोष्ट मात्र स्पष्ट झाली—त्यांची "मुंबईची पहिली पायरी" केवळ रहाटगाडग्यातील जगणे नव्हे, तर भविष्यात त्यांना समाजासाठी मोठे काम करण्याची दिशा देणारी ठरली. त्यांच्यात रुजलेली सेवाभावना, नेतृत्वाचे बीज, जिद्द आणि स्वप्ने बळकट होण्यात या पहिल्या कठीण पायरीचा मोठा वाटा होता. त्यांना जागा नव्हती, तरी शहराने त्यांना आभाळभर अनुभव दिले; जेव्हा कोणी मदतीचा हात दिला, तेव्हा त्यांना नवी जिगर मिळाली; जेव्हा कुणी नाकारले, तेव्हा शून्यातून आरंभ करण्याची क्षमता वाढली.

मुंबईच्या स्थलांतरितांच्या गर्दीत मामा एक छोटे पातळ पॉलिश-किट घेऊन वावरत होते. त्यांच्या डोक्यातून मात्र विविध स्वप्ने आणि योजना सतत गर्दी करत होत्या—कदाचित कुठेतरी एखादा छोटा स्टॉल मिळावा, दुरुस्तीचे काम वाढावे, अल्पशी पूंजी साठवून एक छोटी खोली भाड्याने घेता यावी, मग एक दिवस गावच्या लोकांना सांगता येईल, "मी आता कुठे तरी स्थिर झालो आहे." या स्वप्नांना प्रत्यक्षात उतरवण्यासाठी अजून कितीतरी प्रवास बाकी होता, पण

पायरीचे पहिले पाऊल ते मनोमन लोटून गेले होते. बेघरपण, उपाशीपोटी दिवस काढण्याची वेळ, सततची मजुरीची शोधाशोध, या सगळ्याचं काही वर्षे त्यांना सामोरे जावे लागले; पण त्या प्रत्येक अनुभवातून ते अधिक जिद्दीने पुढे सरकत गेले.

गावाकडे आई-वडिलांसाठी छोटा हातभार करण्याची इच्छा आणि इथल्या संघर्षातून उपजणारी जिद्द यांच्या मिलाफाने मामा कधीही निराशेच्या गर्तेत रुतून बसले नाहीत. जरी गरीब राहिले तरी त्यांचा आत्मविश्वास गरीब झाला नाही. ते नेहमी म्हणत, "शहरात संधी आहेत, पण त्यात संघर्षही आहे. जर पैशाअभावी मी भवितव्य गमावणार असू, तर त्या परिस्थितीशी लढणे हेच योग्य." या आव्हानाला सामोरे जाताना त्यांची कळी फुलली—व्यक्तिमत्त्व बहरले. एका अर्थाने हा कालखंड त्यांच्या आयुष्यातील नवीन जन्मच ठरला. हीच ती मुंबईची पहिली पायरी—तिथे आशा होती, आणि तिच्या जोडीने कटू वास्तवही होते. या संपूर्ण संघर्षातून ते अधिक प्रगल्भ, संवेदनशील आणि इतरांसाठी तत्पर होणारे व्यक्तिमत्त्व म्हणून उदयाला आले.

हे वर्ष-दोन वर्षांचे मोठे आव्हान हे अखेर "मुंबईत अव्याहत संघर्ष" किंवा "हलाखीचे दिवस" या लेबलने सीमित राहिले नाही; पुढच्या प्रवासाचे ते एक महत्वाचे पायाचे दगड बनले. या काळात माणुसकीचे विविध पैलू त्यांनी ओळखले, स्वतःची जिद्द पारखून पाहिली, आणि फुलविक्रेत्यासारख्या अनोळखी माणसांनी मायेचा हात दिला, हे अनुभव त्यांना शहाणपण देऊन गेले. शालेय शिक्षण जेमतेम चौथीपर्यंत असले तरी "जीवनशाळा" मोठी शिक्षक असते, हे त्यांना इथूनच उमगले. पुढील प्रवासात ते एकदिवस कायमस्वरूपी छप्पर घेण्यास, अधिक स्थिर कमाई मिळवण्यास, आणि समाजात स्थान मिळवण्यासाठी झटणार होतेच. या पहिल्या पावलाने त्यांना न थांबण्याची प्रेरणा दिली आणि अशा मार्गावर नेले, जिथे अपयशही त्यांचा विश्वास डळमळवू शकत नव्हते.

या प्रारंभिक संघर्षाला एखाद्या मृत समाप्तीऐवजी एक प्रकारचा धगधगता मशाल म्हणता येईल. या काळात त्यांनी नवे संबंध, नवे धडे, नवी भाषा, नवे प्रयत्न यांचा पाठपुरावा करत राहिले. जगण्याच्या अगदी तळागाळावर पोहोचल्यानंतरही जगण्याची उमेद न हरवणाऱ्या माणसांचा हा धैर्यकथात्मक आविष्कार होता. मुंबईतल्या आपल्या पहिल्या पायरीवरील अनुभवांनी मामांच्या आयुष्याला नवा आकार दिला, आणि हेच अनुभव त्यांना पुढे सामाजिक भान, परोपकाराची भावना आणि अतूट जिद्द घेऊन उभे राहण्यासाठी सहायक ठरले.

रस्त्यावर झोपण्याची वेळ ज्याने सोसली, तो एक दिवस मोठ्या घरातही ताठ मानेने उभा राहू शकतो, हे त्यांनी स्वतःला पटवून दिले. हाच विश्वास त्यांना चालत राहण्यास पुरेसा होता.

6

शहरातील जगण्याची सुरुवातीची वर्षे

तरुण सीताराम "मामा" घनदाट यांनी गावातील जातिभेद, मर्यादित शिक्षण आणि मोचीच्या पारंपरिक कामापेक्षा वेगळे काही करण्याची इच्छाशक्ती बरोबर घेऊन मुंबई गाठली, तेव्हा त्यांच्या मनात नव्या संधींची आशा आणि अनोळखी शहराची भीती दोन्ही दाटून आले होते. मोठ्या शहरात दररोज आलेल्या शेकडो नवोदितांपैकी तेही एक होते, ज्यांना पाय रोवण्यासाठी कोणताही हमीदार नव्हता, स्थानिक ओळखी नव्हत्या आणि चांगली नोकरी मिळेल याची खात्री नव्हती. तरीही, ते इतक्या दूर आले होते कारण गावाकडे राहून दिवसांमागून दिवस जात होते, पण आयुष्यातील परिस्थिति फारशी बदलत नव्हती. मुंबईत काहीतरी नवीन मिळवायचे, घरच्या आर्थिक ओझ्यात हातभार लावायचा आणि स्वतःला पुढे आणायचे, या आशेने ते इथे आले. सुरुवातीला शहराच्या गर्दीत खूप धक्का बसला, पण लवकरच त्यांना कळले की इथून माघारी फिरणे हे अपयश मानण्यासारखेच ठरेल, म्हणून त्यांनी चिकाटीने या मोठ्या महानगराला सामोरे जाण्याचे ठरवले.

मुंबईत उतरल्यावर त्यांना पाठीराखा म्हणून कोणाचीही ठोस सोय नव्हती. गावातील नातेवाईकांचा थोडाफार पत्ता होता, पण तिथेही जागेची इतकी कमी होती की, झोपायला चटई टाकण्याचा कोपरा सुद्धा मिळत नव्हता. त्यामुळे त्यांनी काळा चौकीसारख्या गर्दीच्या भागातच कुठेतरी रात्रीचा आडोसा शोधायचा प्रयत्न केला. अनेकदा बसस्टॉप किंवा फुलविक्रेत्याच्या टपरीमागे ते झोपायचे. इथल्या फूटपाथवरची जागाही सुरक्षित नव्हती. रस्त्याने येजा करणाऱ्या लोकांचा आवाज, कधीकधी पोलीस गस्तीवर येऊन उठवण्याची भीती, चोरट्यांचे भय

आणि शहराचा अखंड गोंगाट यामुळे त्यांना मन:शांतीशिवाय झोप काढावी लागे. दिवस उजाडला की स्वतःची चटई किंवा बारीक पांघरूण गुंडाळून पुन्हा ते काम शोधायला निघत असत. ते दररोज मनाशी ठरवत, "आज काहीतरी मिळेल," आणि शोधायला बाहेर पडायचे.

प्रथम काही महिने त्यांनी अनेक छोट्यामोठ्या कामांच्या पाठी धाव घेतली. कधी क्रॉफर्ड मार्केटमध्ये विक्रेत्यांच्या ट्रकमधून क्रेट उतरवायची, कधी एखाद्या लहान हॉटेलमध्ये ताटं-भांडी धुवायची, कधी झवेरी बाजारात बूट पॉलिश करायचे—अशा कामांमध्ये त्यांना दिवसभर वणवण करावी लागे. प्रत्येकानं स्पष्ट नियम दिला नव्हता; कोणाला मदत हवी असली तर पैसे देतील, किंवा कोणीतरी उपकाराने नुसते एक-दीड रुपया हातावर ठेवून जाईल. काही वेळी दिवस संपला तरी खिशात पुरेसे पैसे नसत, त्यामुळे एक वेळचं जेवणही साधत नसे. तरीही, त्याच दिवशी एखाद्या गृहस्थानं परत मुलूखभर दिल्यासारखी थोडी जादा रक्कम दिली की त्यांना वाटायचे, "चला, उद्या पुढे जायला थोडासा आधार मिळाला."

या धकाधकीच्या काळात, सहज ओळखी झालेल्या देवराम गायकवाड यांनी त्यांना सरकारी रोजगार नोंदणी कार्डाबद्दल माहिती दिली. शहरात कोणत्याही शासकीय किंवा निमशासकीय जागा निघाल्या तर तिथे अर्ज करणाऱ्यांच्या सूचीमध्ये नोंदणे उपयुक्त ठरते, असे ते म्हणाले. मामांना ही कल्पना फार सुखावह वाटली. कारण दिवसभर फक्त फुटकळ कामे करून अस्तित्व टिकवण्यापेक्षा जर सरकारी कार्यालयात एखादी शिपाई किंवा दुसरी एखादी चतुर्थ श्रेणीची नोकरी मिळाली तर महिन्याच्या शेवटी विशिष्ट पगार मिळू शकेल. म्हणूनच, ते एका सकाळी लवकर उठून त्या कार्यालयात गेले. रांगेत तासनतास उभे राहिले, लिपिकांना आपली साधी कागदपत्रे दिली आणि थोडीफार फी भरली. नोंदणी झाल्यावर त्यांच्या हातात एक छोटेखानी रोजगार कार्ड पडले. ते कार्ड म्हणजे काही नोकरीची खात्री नव्हती, पण "सरकारच्या यादीत माझी नाव नोंद आहे" ही भावना मात्र त्यांच्यासाठी खूप मोठी होती. दरवर्षी हे कार्ड नूतनीकरण करत राहायला लागणार होते; त्यासाठीही दिवसभराची रांग, फी भरणे, कधीकधी अतिरिक्त तगादा लावणे हे सारे त्यांना पुढच्या काळात करावे लागले. पण एवढे करूनही, "कधीतरी याच मार्फत एखादी शासकीय संधी चालून येईल," असा त्यांचा विश्वास होता.

वास्तविक पाहता, या कार्डामुळे त्या क्षणी त्यांच्या दैनंदिन आयुष्यात जादूची किमया घडली नाही. सकाळची भुकेची जाणीव, रात्रीचं बेघरपण, स्पर्धेत लुप्त

होण्याचा धोका—हे सगळं तसंच होतं. तरी एक वाटचाल सुरू झाल्याचे समाधान होते. कामाची शोधाशोध थांबली नाही. उन्हाळ्यात तापलेल्या रस्त्यांवर खूप हिंडल्यामुळे त्यांच्या पायांना भाजल्यासारखे वाटायचे, तर पावसाळ्यात चटई-पांघरुण ओले होऊन सकाळी दमट शरीराने उठावे लागायचे. काही दिवस उठल्याबरोबर भूक भयंकर लागे, तरीही काही नाण्यांसाठी पहिले काम मिळेपर्यंत ते वाट बघत. शहरात येणाऱ्या प्रत्येक नव्या दिवसाला ते एक संधी म्हणून स्वीकारायचे. जर आज क्रॉफर्ड मार्केटमध्ये चांगला हातभार मिळाला नाही, तर दुसऱ्या दिवशी ते झवेरी बाजारात बूट पॉलिश किंवा जड बॅगा वाहण्याचे काम करायचे प्रयत्न करत. सुरुवातीला अनेकदा स्पर्धक हातात किट घेऊन आधीपासून उभे असायचे, काही जणांनी आपला "एरिया" म्हणत मामांना हटकलेही. कधी हटकणे बाचाबाचीपर्यंत गेले, पण मामांनी सगळ्यांशी वाद टाळत आपली वाट शोधली.

शहरात बचावात्मक वृत्तीने वागणे गरजेचे होते. मामांनी फारशी नातेवाईकांची मदत नसताना, काही दुकानदार, फुलविक्रेते, मजूर वगैरे यांच्याशी अनायसे मैत्री केली. अनेक जणांनी मामाला दाखवले की, कोणत्याही नोकरीसाठी माणूस कायमच 'उद्याची आशा' बाळगून जगत असतो. मुंबईत सगळं काही झटपट मिळत नाही; इथे दिवसांगणिक जीव वाचवायचा, तर महिन्यांगणिक काही तरी पुढे घडेल, असे धरून चालावे लागते. मामांनीदेखील आपली नम्रता आणि प्रयत्नशीलता जपून, छोटीमोठी कामे स्वीकारली. कधी कोणाला पत्रं वाचून दाखवली, कधी चहापाणी आणून दिले. या लहानशा गोष्टीतून लोकांची त्यांच्याबद्दलची विश्वासार्हता वाढली. यामुळे ते अनेकदा गर्दीत नुसते "मामा" म्हणून ओळखले जाऊ लागले.

त्यांची ग्रामीण पार्श्वभूमी इतकी ठळक होती की, तुटपुंज्या शिक्षणामुळे त्यांना शहरातील अनेक गोष्टी सुरुवातीला समजल्याच नाहीत. तरीही, त्यांनी मराठी लिखाण-वाचन जेवढे जमेल तेवढे वापरले. फलक, पाट्या, वर्तमानपत्रांच्या मथळ्या-वाचा यातून शब्द ओळख करून घेतली. जेव्हा एखादा गुंतागुंतीचा शब्द दिसला, तेव्हा आसपासच्या एखाद्या इसमाला विचारत. अशा पद्धतीने हळूहळू त्यांचे भाषिक ज्ञान वाढले. फायदेशीर व्यवहारांची संधी पाहण्यासाठी कधी एखाद्या बाजारातील जाहिराती वाचल्या, तर कधी सरकारी सूचना वाचून घेऊन कळवल्या. या उपक्रमांमुळे त्यांच्याप्रती दुसरीकडे "हा मेहनतीसोबत हुशारही आहे" अशी प्रतिमा तयार होण्यास हातभार लागला. कधी फुलविक्रेता नसताना त्याच्या स्टॉलसमोरचे फळे-फुले आवरून ठेवायचे, चहाच्या पिशव्या आणून

ठेवायच्या, अशा सहाय्याने त्यांनी तिथे रात्री झोपण्याची संधी टिकवून ठेवली. काही वेळा इतर बेघर लोकांनीही त्यांना जागा वापरू दिली. "तुझ्या चटईला अजून थोडी जागा आहे," असे शांतपणे कोणी बोलले की मामा सुखावून जात, कारण या नगरीत प्रत्येक लहानसहान सहकार्याचाही खूप मोठा अर्थ असे.

दोन-अडीच वर्षे अशी परिस्थिती चालल्यावर गावातले इतर भावंड आपल्या परीने पुढे जात असल्याच्या गोष्टी मामांनी ऐकल्या असतील. एक भाऊ गिरणीत काम करत होता, दुसरा भाऊ गावात मोचीचे काम करतच राहिला. काही काळ "मीही इतके हाल सहन करण्यापेक्षा गावात राहिलो असतो, तर?" असा विचार मामांना येत असे. परंतु, मग त्यांना आठवे की, गावात राहूनही मनासारखी प्रगती नाही. गावात एकच वृत्ती रुजलेली- "बापजाद्यांची कामं करत रहा." त्यामुळे शहरात जरी कठीण जीवन असले तरी पुढे काही बदल होईल, असे त्यांना वाटे. रोजंदारीचे काम करू शकत असलो तरी एखाद्या दिवशी सरकारी नोकरीची संधी मिळाली, किंवा छोटा व्यवसाय सुरू केला तर, त्यांना संघर्षाचे दिवस मागे टाकता येतील, अशी आशा ते बाळगून होते.

या संघर्षकाळात कोणतेही स्थिर काम नसताना, मामांना प्रत्येक दिवशी नवे रूप घेऊन उभे राहावे लागे. गरजेनुसार कधी बूट पॉलिशकार, कधी हातमजूर, कधी हॉटेलात तोटेभरून काम करणारा, कधी एखाद्या दुकानातील भांडी घासणारा, तर कधी बाजारात क्रेट उचलणारा—आपण कोणत्याही कामाला कमीपणा मानायचा नाही, असे त्यांनी ठरवले. लाज किंवा न्यूनगंड बाळगला तर रोजचा उदरनिर्वाहही जिकिरीचा. बूट पॉलिशमध्ये उभे असताना मनात प्रश्न येई, "आपण जन्मभर हे करायचे का?" पण त्याचवेळी एखाद्या सहृदयी ग्राहकानं दिलेल्या थोड्या जादा पैशातून रात्रीची भाकर चांगली मिळाली, तर त्यांना वाटायचे, "चालायचेच. पुढ्यात कुठे तरी मजल मारता येईल."

इतकी वर्षे बेघरपणे जगताना त्यांनी स्वतःच्या मनामध्ये एक प्रकारची शांत काटकसर विकसित केली. कुठूनही एखादा शिळापाव किंवा जुना कपडा मिळाला तर ते तेवढ्याच प्रेमाने स्वीकारायचे. कधी कधी फुलविक्रेत्याने काही फुले वाया जाणार असली तरी त्यांचे गुंफलेले ताजे हार मामांना मोफत दिले. मग ते एखाद्या मंदिराजवळ किंवा इतर गर्दीत विकून चार पैसे मिळवत. ही सगळी धडपड स्वाभिमानाने करताना ते मनाशी म्हणत, "मी विकत आहे, भीक मागत नाही." या लहानसहान वृत्तीतूनही त्यांच्या बदलत्या मनोविश्वाची कल्पना येते. ते अपरिचित आणि दुर्बळ वाटत असले तरी पूर्णपणे हतबल राहिले नाहीत. जिथे शून्यापासून सुरुवात करावी लागते, तिथे चार नाण्यांनाही आपण कमाई मानावी,

हा एक सकारात्मक दृष्टीकोन त्यांनी ठेवला.

दैनंदिन जीवनात अनेक अनपेक्षित अडचणी यायच्या. कधी सामान चोरीला जायचे, कधी भांडण झाल्यामुळे त्या बसस्टॉपखाली झोपायचा मार्ग बंद व्हायचा. कधी ते कोणाच्या तरी भेटीसाठी दुसऱ्या भागात गेले, पण उशिर झाला तर रात्रीची जागाही गमावून बसायचे. अशा वेळी उघड्यावर, एखाद्या दुकानाच्या ओसरीवर, मंदिराच्या पायऱ्यांवर किंवा पुलाखाली बसून रात्र काढावी लागे. अशा कठीण प्रसंगात भयंकर निराशा वाटायची, पण दुसऱ्या दिवशी पुन्हा उठून हातपाय हालवले तर चिमूटभर का होईना, परत एखादी कमाई मिळायची. शहरात खूप काही शाश्वत नसते, पण धैर्य न सुटल्यास कधी कधी अनपेक्षित मदतही मिळते, हे त्यांच्या मनावर बिंबले होते.

त्यांनी अनेक लोकांना दोन-चार शब्दांनी ओळखले होते—जसे एखादा व्यापारी, ज्याला शूज घासून घ्यायची गडबड असते, किंवा एखादा रिक्षाचालक, ज्याला वाहन स्वच्छ करण्यासाठी कुणीतरी हवे असते. अशा छोट्यामोठ्या ओळखीमुळे मामांना "आज काय मिळू शकेल" याचा प्राथमिक अंदाज येई. त्यातून त्यांचा आत्मविश्वास वाढायचा. आधी शहरातील प्रत्येक गल्ली अनोळखी वाटायची, पण आता त्यांना झवेरी बाजारातून क्रॉफर्ड मार्केटकडे जाणारा रस्ता माहीत झाला होता. वेळ वाचवण्यासाठी कुठल्या गल्लीत वळायचे, गर्दी कुठे कमी असते, असे बारकावे त्यांना उमगले. यातूनच शहरात जगण्याची एक पद्धत त्यांनी शिकून घेतली.

रोजगार कार्ड मात्र आशेचा छोटासा दिवाच राहिला. दर वर्षी ते सरकारच्या कार्यालयात जाऊन नवी तारीख, नवा शिक्का घेऊन येत. कोणी दुसरा "यातून काही होणार नाही," म्हणत असला तरी मामांना वाटायचे, "माझे नाव आहे तिथे, कधी तरी फोन येईल किंवा चिठ्ठी येईल." ऑफिसमधील एक लिपिक कधीकधी "संभाव्य संधी" सांगायचा, जसे कुत्री पकडण्याच्या विभागात सहायक हवे आहेत किंवा कुठे सफाई कामगार गरजेचे आहेत. ही कामेदेखील मामांसाठी लाजिरवाणी नव्हती; कष्ट हीच त्यांची पुंजी होती. पण अनेकदा शिक्षणाची कमी किंवा ओळख नसणे यांनी भरतीच्या दारात त्यांना रोखले. "तुम्हाला लिहिता-वाचता पूर्णपणे येते का?" किंवा "तुम्ही इतके दिवस काय करत होता?" असे विचारल्यावर ते धीटपणे "शहरात राहून विविध काम केली," असे सांगत, तरी अनेक ठिकाणी त्यांना नकार मिळायचा. तरीही हा प्रयत्न त्यांनी सोडला नाही.

दोन-अडीच वर्षे अशा परिस्थितीत काढल्यानंतर मामांमध्ये एक सूक्ष्म पण ठोस बदल झाला. आधी ते संपूर्ण नवखे आणि घाबरलेले होते, पण आता ते अनेक

भागांशी परिचित झाले. फुलविक्रेत्याबरोबर नाते वृद्धिंगत झाले; ग्राहकांमध्येही एखाद दुसऱ्याला ते चटकन ओळखू शकत होते. त्यांनी सोशिकपणा राखत स्वतःला एखाद्या कामासाठी सुयोग्य बनवण्याचा प्रयत्न केला. "दिवसभर हिंडूनही तेवढी मजुरी होत नाही," अशी तक्रार कधी कधी मनात येई, पण त्याच वेळी ते स्वतःला म्हणत, "मी आज रस्ता धुंडाळतो आहे, पण कदाचित उद्या याच रस्त्यांवर स्थिर व्यवसाय सुरू करीन." अशी सकारात्मक स्वप्नेच त्यांना पुढे नेत होती.

हा काळ केवळ आर्थिक संघर्षाचा नव्हता, तर स्वतःचा शोध घेण्याचाही होता. गावाकडची माणसे "शहरात गेल्यावर माणूस बदलतो," म्हणत. त्यावर मामा म्हणायचे, "हो, बदलतो, पण संघर्ष नसेल तर बदल कसा होणार?" शहरातल्या गर्दीत टिकून राहायचे तर घाणेरडे काम करायची तयारी असली पाहिजे, लोकांच्या तिरस्कारातून आणि भांडणांतून आपले अंतर राखता आले पाहिजे, आणि हाताशी आलेल्या एखाद्या रुपयाचेही योग्य व्यवस्थापन करता आले पाहिजे, हे त्यांना कळून चुकले. कधी ते एका टपरीवरच्या पुराने गेलेल्या पावातून आपली भूक भागवत, तर कधी चार पैसे मिळाले तर एखाद्या स्वस्त हॉटेलात वरण-भात मागवत. परंतु हे सारं करताना त्यांनी आपले स्वाभिमान आणि इतरांबद्दलचा सन्मान अबाधित ठेवला.

या काळात ते कधीही हताश झाले नाहीत, यामागे त्यांची आशावादी वृत्ती होती. काही दिवशी एखादी चांगली भेट, जिथे एखाद्या दुसऱ्या मजुराने "चल, माझ्याबरोबर काम कर, मी तुझी ओळख करून देतो," असे सुचवले, ती छोटीशी घटना देखील त्यांच्यासाठी महत्त्वपूर्ण ठरे. शहरात एकमेकांकडून मदत मिळवणे अतिशय कठीण असले, तरी दीर्घकाळ इथे राहणारे लोक देखील एकेकाळी असेच नवखे होते, हे मामांना अनेकांनी सांगितले. म्हणजेच, शहर कधीच "एकाच वेळी सर्वकाही" देत नाही, पण जे संघर्ष करतात त्यांना हळूहळू सामावून घेत राहते.

दोन-अडीच वर्षांच्या शेवटीही मामा भाइयाच्या खोलीत राहणारे किंवा स्थिर पगार कमावणारे झाले नव्हते. तरीही, या प्रवासातील शिकवण त्यांच्या व्यक्तिमत्त्वात खोलवर भिनली. बूट पॉलिश करण्यापासून ते भांडी धुण्यापर्यंत विविध कामांची तगमग करताना त्यांनी नम्रता, कष्ट आणि प्रयत्नपूर्वक मिळवलेला सन्मान यांचे मूर्तिमंत रूप दाखवले. शहरातील लोकांशी त्यांनी साधलेला संवाद, फुलविक्रेत्याच्या मदतीने रात्रीची मिळवलेली निवारा-जागा आणि सरकारी नोकरीच्या संधीवर ठेवलेली अपेक्षा या तिन्हींच्या मधोमध ते स्वतःचे स्थान घट्ट करीत होते. स्थिरपणे राहण्याचा मार्ग अद्याप धूसर असला,

तरी आपल्या प्रयत्नांतून काही तरी अधिक मोठे साध्य करता येईल, हा विश्वास त्यांच्या मनातून गेला नाही.

शेवटी, या सुरुवातीच्या टप्प्याचे सार इतकेच की, शहरातील जगण्याची परीक्षा रोज नव्याने होते. मामांसाठी ही परीक्षा अत्यंत खडतर होती. तरी, त्यांनी कुठेही हार मानली नाही. ते बेघर असूनही आशावादी राहिले, काम नसतानाही प्रयत्नशील राहिले, शिक्षण कमी असूनही स्वतःला विकसित करण्याचा प्रयत्न केला. गरीब आणि अनिश्चित जगात त्यांना जे जे लहानसे सुख मिळू शकले, ते ते त्यांनी मनापासून स्वीकारले. उष्णता, पाऊस, स्पर्धा, अपमान आणि अविश्वास अशा अनेक आव्हानांतून जात त्यांनी मुंबईसारख्या महानगरात एक छोटेखानी पाय रोवला. हाच पाय पुढच्या काळात त्यांना भक्कम उभारी देईल, अशी खात्री त्यांना वाटू लागली. "आज जरी कोणीतरी कुठल्यातरी रांगेत नाकारले, किंवा फुटपाथवर झोपावे लागले, तरी उद्या थोड्या मोठ्या संधीची दारं उघडू शकतात," हे त्यांचे ठाम मत बनले.

ही दोन-अडीच वर्ष त्यांच्या आयुष्यातला कठीण काळ असला तरी जिद्दीने, आत्मसमर्पणाने आणि कष्टाने भरलेला होता. या काळातच त्यांनी प्रयत्नासाठीची क्षमता, दारिद्र्याचे चटके सहन करण्याचे सामर्थ्य आणि इतरांना आपल्या बळावर मदत करण्याची वृत्ती जोपासली. भविष्यात जेव्हा त्यांना अधिक मोठे आव्हान येईल, तेव्हा या सुरुवातीच्या कठीण दिवसांनी दिलेली धाडसाची अनमोल शिदोरी त्यांच्या हाताशी असेल. या वाटचालीच्या प्रत्येक टप्प्यावर त्यांनी स्वतःला आणि इतरांना सिद्ध केले की, "अगदी तळापासून सुरुवात केली तरी एक दिवस वर पोहोचता येते, फक्त प्रयत्नांना विश्रांती नको." शहराने दिलेली झळ सोसताना, मामांनी त्यांच्या मनातली आशा पकडून ठेवली. त्यामुळेच हे सुरुवातीचे वर्ष त्यांच्यासाठी एक मजबूत पाया ठरले, ज्यावर पुढील प्रगतीची इमारत ते नेटाने उभारणार होते.

7

विवाह आणि नवीन जबाबदाऱ्या

लग्न हा कुणाच्याही आयुष्यातील अत्यंत महत्त्वाचा टप्पा असतो, आणि सीताराम "मामा" घनदाट यांच्यासाठी तो एका वेगळ्याच प्रवासाची सुरुवात ठरली. मुंबईत शूज पॉलिश करून, जेमतेम कमाई मिळवून अनिश्चित जागी झोपण्याचे दिवस मागे टाकून आता त्यांना नव्या जबाबदाऱ्या स्वीकाराव्या लागणार होत्या. लग्नामुळे त्यांना फक्त जीवनसाथीच मिळणार नव्हता; तर आर्थिक संघर्ष, संसाराचा खर्च, घरभाडे आणि भविष्यात येणारी मुलांची जबाबदारी अशा सगळ्या गोष्टींचे भानही त्यात सामावले होते. गावातल्या दारिद्र्यातून सुटण्यासाठी शहरात आलेल्या मामांना आता आणखी एका कुटुंबाचा उदरनिर्वाह कसा करायचा, हा प्रश्न भेडसावू लागला.

मामा काही वर्षे मुंबईतील चाळीत आणि रस्त्यावर वास्तव्य करून जगण्याचे विविध मार्ग शोधत होते. शूज पॉलिश, मोचीचे किरकोळ काम आणि रस्त्यावर मजुरी मिळेल ते काम करताना त्यांनी अनेकांचे विश्वास संपादन केले. मेहनती, शांत स्वभावाचा आणि इतरांना मदत करणारा अशी त्यांची ओळख हळूहळू बनली. शेजाऱ्यांनी कधी जिन्यावरून सामान चढवताना मदत मागितली, तर मामा तत्परतेने धावून जात. कधी एखाद्या शेजारणीला पाण्याच्या रांगेत उभे राहणे अवघड गेले, तर तो बादल्या भरायला मदत करत असे. या छोट्या-छोट्या गोष्टींमुळे चाळीतल्या लोकांनी मामा नावाच्या त्या सुजाण तरुणाचा आदर करायला सुरुवात केली.

"

त्याच चाळीत मामांच्या वयाच्या किंवा कमी-जास्त वयाच्या तरुणी होत्या, ज्या त्यांच्या कुटुंबाबरोबर राहत होत्या. त्यातल्या एकीचे मामांशी लग्न जमावे, असे विचार दोन्ही बाजूंच्या नातेवाईकांनी आणि चाळीतल्या ज्येष्ठांनी मनात आणले. तेव्हा लग्नासाठी थाटामाटाची गरज नव्हती; तरुण मुलगा प्रामाणिक आणि कष्टाळू असेल, त्याच्याकडे कोणतेही वाईट व्यसन नसेल, आणि मुलगी संयमी स्वभावाची असेल, तर ते लग्न योग्य मानले जाई. मामांच्या बाबतीत हे सर्व गुण आढळत असल्याने त्यांच्या वडिलांनीही प्रोत्साहन दिले, आणि शहरातीलच एका घरात वधू शोधायचे नक्की झाले. अखेर मामांपेक्षा थोडीच लहान अशी एक तरुणी, जी स्वतःही साध्या पार्श्वभूमीची होती, तिच्याशी मामांचे लग्न ठरले.

चाळीतील लग्नांचा थाट फारच साधा असे. जिथे बरेच दिवस कपडे वाळत घातले जात, तीच मोकळी जागा लग्नाचा मांडव उभाण्यासाठी वापरली जाई. दोन-तीन साड्या उधार घेऊन त्या बांबू किंवा लाकडी खांबांना बांधून वर मांडव तयार केला जाई. स्वयंपाकासाठी शेजाऱ्यांकडून कधी मोठ्या हंड्या, कधी चुली, कधी ताट-वाट्या उसनवारीने आणल्या जात. मध्यमवर्गीय किंवा गरीब कुटुंबात कसे चालते, तशाच रीतीने माफक जेवण, थोडासा गोडधोड आणि अगदी मोजके विधी या सगळ्यांत लग्नसमारंभ पार पडला. वर-वधू दोघांनीही खास नवे कपडे घेतलेले नव्हते, कदाचित कुणाच्या तरी सोयीनुसार उधार घेतलेले शर्ट-पँट किंवा साडी वापरली असेल. पण उपस्थितांना हेही दिसत होते की, या साधेपणातही एक प्रेमभावना आणि सामायिक आनंद लपलेला होता.

लग्नानंतर मामा आणि त्यांची पत्नी यांना एक लहानशी खोली भाड्याने घेण्याची गरज भासली. बिनधास्त रस्त्यावर झोपणे किंवा फुलविक्रेत्याच्या स्टॉलमागे झोपण्याचे दिवस आता मागे राहिले; त्यांच्या आयुष्यात दुसरी व्यक्तीही आल्याने आता थोडी सुरक्षितता आणि सोयीची जागा गरजेची झाली. त्याच चाळीत एक ही अशी खोली मिळाली, जिथे एक टिचभर जागा, एक उघड्या खिडकीसदृश छिद्रातून येणारी हवा आणि सामायिक शौचालय हेच प्राथमिक सोयी होत्या. महिन्याचे भाडे माफक असले, तरी मामांसारख्या अनिश्चित उदरनिर्वाह करणाऱ्यासाठी ते मोठेच आव्हान होते. दोघांनी ठरवलं की, "अति थाटामाट नको. आपापल्या तुटपुंज्या उत्पन्नातून कसं तरी निभावून न्यावं."

या खोलीत दिवसागणिक दोघांनी संसार थाटायला सुरुवात केली. मामांचे काम नेहमीप्रमाणे चालू होते—कधी शूज पॉलिश, कधी मोचीचे किरकोळ दुरुस्तीचे काम, कधी रस्त्यावर हमाली. जेव्हा थोडेफार पैसे जमले, तेव्हा ते राशन, भाजी,

धान्य, तेल, मीठ अशा मूलभूत वस्तूंवर खर्च केले जात. कधी दिवस चांगला गेला, तर मामांच्या हातात थोडी जादा रक्कम उरायची. मग रात्री तांदूळ-डाळ यापेक्षा चवदार जेवण मिळायचे, किंवा सोयीनुसार एखादी छोटी मोघम खरेदी वगैरे केली जाई. व्यवसाय कमी झाला की घरी परतताना मामांचे मन उदास होई. "आज जितका पैसा जमला नाही, त्यातून उद्याचा किराणा कसा भागवायचा?" असे प्रश्न त्यांना बेचैन करत. अशा वेळी त्यांच्या पत्नीने शांतपणे "मी थोड्या चपात्या आणि पातळ डाळ करून ठेवीन. तसेही आम्ही आधीपासून काटकसरच केली आहे," असे बोलून त्यांना धीर द्यायचा.

या काळात आर्थिक ताण वाढला तरी नवरा-बायकोचे नाते मात्र हळूहळू बळकट झाले. काही छोट्या सुखद क्षणांनी त्यांचा हुरूप वाढे. एखाद्या ग्राहकाने साध्या दुरुस्तीच्या बदल्यात थोडे जास्त पैसे दिले, तर मामा लगेच एखादा छोटा फराळ घेऊन घरी येत. कधी शेजारी कोणीतरी कौटुंबिक कार्यक्रमासाठी बोलवले, तर तिथे दोघांना थोडेफार छान जेवण मिळत असे. एखाद्या शुभकार्यात काय मदत करता येईल, असा विचार ते करत, आणि त्या बदल्यात समाजानेही त्यांना मदत केली. शेजारच्या बाईकडे तेल संपले, तिने मामांच्या पत्नीला "जेव्हा परत करशील तेव्हा कर" असे सांगून तेल दिले. कधी मामांनी शेजाऱ्याचे सामान काही मजले चढवून दिले, आणि त्याबदल्यात बाजारातून दिलेले एखादे पानफूल किंवा छोटी शेतमालाची पिशवी आनंदाने स्वीकारली. अशा देवघेवीमुळे शहराच्या गडबडीतही चाळीचे जीवन एकमेकांशी जोडलेले राहायचे.

मामा शक्य असेल तेव्हा थोडेसे पैसे बाजूला ठेवण्याचा प्रयत्न करत, पण येणारे-जाणारे खर्च आणि अचानक येणारे खर्च (उदाहरणार्थ, आजारी पडल्यावर औषधासाठी लागणारे पैसे) यामुळे ते पैसे फार काळ टिकत नसत. कधी भाडे वेळेत भरू न शकल्यास शेजारी किंवा छोट्यामोठ्या ठिकाणी उधार मागून भागवावे लागे. अगदी अंतिम पर्याय म्हणून ते कधी दारूचे दुकान चालवणाऱ्या ओळखीच्या माणसाकडे जाऊन लहानशी रक्कम उसने घेऊन येत. तिथे व्याजदर निश्चितच जास्त असे, पण तेवढाच एकमेव पर्याय कधीमधी शिल्लक राही. मामांना हे कर्जाचे ओझे पसंत नव्हते, पण संसारासाठी अन्न-वस्तू घ्यायच्या असतील तर उपाय नव्हता. कधी उशिरा का होईना, मामांनी प्रामाणिकपणे थोड्याथोड्या रकमेने ते कर्ज फेडण्याची नीती ठेवली होती, कारण नाव खराब झाले असते, तर आजूबाजूच्यांची मदतही बंद झाली असती.

लग्नाआधी मामा एकटे फिरत असत, कधी उपाशी राहावे लागले तरी कुणाला उत्तर देण्याची गरज नव्हती. पण आता घरी पत्नी वाट पाहत असल्यामुळे ते

अधिक जबाबदारीने वागू लागले. ते वेळेवर उठून कामावर जात, शूज पॉलिश किंवा दुसरे कुठलेही काम मिळाले तर तत्परतेने तयार असत. दुपारच्या वेळी थोडा ब्रेक घ्यावा लागला तरी संध्याकाळी ग्राहक मिळतात का हे पाहण्यासाठी पुन्हा बाहेर जात. जसा वेळ जात होता, तसा त्यांना शहरातले काही हंगामी कामही मिळू लागेल, अशी त्यांची आणि त्यांच्या पत्नीची आशा होती. कधी एखाद्या महिन्यात दोघांनाही आजारपण आले, तर खर्च वाढायचा. तरीही ते "आता बरे होऊन पुन्हा काम सुरू करू," या विश्वासाने जगत राहिले.

चाळीतील प्रत्येकजण गरीब-मध्यमवर्गीय असल्यामुळे एकमेकांना न्यायची सवय होती. त्यामुळे लग्नानंतरच्या या काळातही, त्यांना तिथल्या उबदार सामूहिक जीवनाची साथ मिळाली. चाळीतले लोक कमी भांडायचे असे नाही, पण संकटाच्या काळात तात्पुरती मदत मिळायची, कोणी सल्ला देई, कोणी आपल्या कुशीतील कामात जोडीला घेई, कधी आपल्या दिवसाची मजुरी थोडी वाटून देई. या बळावर मामा आणि पत्नीने आपल्या पंखाखाली स्वप्ने राखली—"कधी मस्त पैकी एखाद्या जागी आपला लहान व्यवसाय थाटू," "कधी सरकारी नोकरीत नशीब लागेल," "कधी आपली खोली अधिक मोठी घेता येईल." असे विचार दोघांनाही एकत्रित जगण्यासाठी उत्साह देत.

हा संसारिक काळ सोपा नव्हता, पण मामांच्या स्वभावात एक स्थैर्य येऊ लागले. आधी तो अनेकदा "गावी जाऊ का?" म्हणून विचार करत असे; आता मात्र त्याने प्रश्न विचारणे कमी केले. तो बोलू लागला की, "इथेच गरजेपुरता उद्योग सांभाळू, यातच पुढे काहीतरी होईल." पत्नीला देखील आपल्या माहेरच्या किंवा शेजाऱ्यांच्या गोतावळ्यातून मदत मिळाली, आणि सासरी (मामांच्या कुटुंबाकडून) फारशी मदद नसली तरी दोघांनी मिळून कष्ट करून काही तरी जमवायचे, यावर ते ठाम होते. एवढ्यात एखाद्या नातेवाईकाने घेतलेला आहेर, छोट्या समारंभात दिलेला मदतीचा हात, यांच्या जोरावर विवाहाचा हा पहिला काळ त्यांनी निभावला. एखाद्या सणावारी चाळीत खूप हलकल्लोळ नसे, तरी प्रसन्न वातावरण निर्माण व्हायचे. मामा आणि पत्नी दोघेही आसपासच्यांसाठी छोट्या प्रमाणात गोड-धोड बनवायचे, इतरांनीही तसेच सांगाड्यातून पदार्थ वाढायचे. एकमेकांचा आनंद सामायिक करून त्यांना वाटे, "चलो, जगण्याची लढाई सोपी तर नाही, पण एकमेकांच्या साथीने पार पडता येईल."

कधी काही लोकांनी मामांना आधीच्या दिवसांप्रमाणे एकट्या तरुणासारखे कार्यक्रमांना बोलवले, "चल, थोडा वेळ गप्पा मारू," किंवा "हवा बदलण्यासाठी कुठेतरी जाऊ," पण आता त्यांना लगेच जाता येत नसे. मामांना पत्नीला एकटी

ठेवायचे नसायचे. घरात चोरट्याचा धोका नसला तरी रस्त्यांवरची गडबड, भाडे वाचवून उद्याचे पैसे कसे भागवायचे याची चिंता सतत असायची. त्यामुळे मामा आधीपेक्षा अधिक समंजस झाले होते. कधी रात्री झोप येत नसेल तर "उद्या मी किती मेहनतीने काम केले तर पुरेसे पैसे जमतील?" हा प्रश्न त्यांना सतावायचा. कधी मुसळधार पाऊस पडला, रस्ते ओस पडले, ग्राहक बाहेर निघत नसले, तर त्यांचे नियोजन टिकणार नाही, ही चिंता मनात घुमायची. पण तरीही त्यांना एक विश्वास असायचा—"माझी पत्नी उद्याची वाट बघते आहे, मीही प्रयत्न करीन."

हा काळ जरी दबावाचा होता, तरी आतून सुखद क्षणांनी भरलेला होता. एखाद्या चांगल्या दिवशी मामा चांगली कमाई करून परत येत आणि बाजारातून थोड्या चांगल्या भाज्या किंवा कधी मासळीचा तुकडा घेऊन येत. संध्याकाळी दोघे मिळून लज्जतदार जेवण करीत, हसत बोलत दिवसभराचा शीण दूर करीत. शेजाऱ्यांच्या रेडिओवरची सततची गडबड असली तरी ते दोघे एकमेकांशी बोलण्यातच रममाण असायचे. लहानशा खोलीत, भिंतीला टेकून निवांत बोलण्यातून त्यांना सुख मिळायचे. आयुष्यात आर्थिक अडचणी असल्या तरी त्या निवांत गप्पा आणि एकमेकांसोबत घालवलेले आनंदाचे क्षण यामुळे त्यांना सुरक्षितपणा वाटायचा. दोघांनी मिळून स्वयंपाकाचं नियोजन करणं, खर्चाचा विचार करणं, आणि अनावश्यक खर्च टाळणं — या शिस्तीतून त्यांचा संसार हळूहळू आकार घेत गेला.

या वैवाहिक सुरुवातीच्या टप्प्याने मामांच्या व्यक्तिमत्त्वात सकारात्मक बदल घडवला. आधी फक्त स्वतःच्या गरजांसाठी काम करणारा तो तरुण, आता कुटुंबप्रमुख म्हणून जबाबदारी स्वीकारू लागला. कधी कर्ज घ्यावे लागले तरी त्यांना वाट चुकल्यासारखे कधीच वाटत नव्हते, कारण त्यांच्या दृष्टीने परिवारासाठी अन्न मिळवणे आणि घरभाडे भागवणे हेच महत्त्वाचे होते. आधी उपाशीपोटी झोपताना जाणवणारी एकटेपणा आता नव्हती, कारण त्यांच्यासोबत संसारातील चिंता आणि समाधान सामायिक करणारी पत्नी होती. दोघांनी ठरवले होते, "या जगात कमी असले तरी समाधानी राहू." या जबाबदारीने त्यांना दृढ इच्छाशक्ती, दुसऱ्यांना मदत करण्याची प्रवृत्ती आणि इतरांचे अनुभव ऐकून शिकण्याची सजग दृष्टी दिली.

चाळीच्या अरुंद खोलीतून मिळणाऱ्या प्रत्येक अनुभवाने मामांना शहरातील सर्वसाधारण वर्गाचे जीवन समजू लागले. बरेच तरुण त्यांच्या सारखेच, कधी सिलाई कामावर, कधी बांधकाम ठिकाणी, कधी चहाच्या गाड्यावर काम करत होते. सगळेच उद्या थोडं चांगलं मिळेल, या आशेवर तग धरून होते. "या

सगळ्यात आपण एकटे नाही," ही जाणीव मामा आणि त्यांच्या पत्नीला मानसिक बळ देत होती. त्या आशेवर ते दोघेही अविरत जगत राहिले, हसत राहिले. जिथे एकेकाळी मामांना फक्त स्वतःच्या व्यवस्थेची काळजी घ्यावी लागत होती, तिथे आता दोन घास आणि छप्पर मिळवण्याच्या पलीकडे पत्नीच्या इच्छाही जपाव्या लागल्या. भविष्यात एखादं मूल झालं तर त्याचाही विचार करावा लागेल, हे त्यांच्या लक्षात आलं. या जबाबदाऱ्यांची पूर्तता अद्याप झालेली नव्हती, पण त्या जबाबदाऱ्या त्यांना आतून अधिक मजबूत बनवत होत्या.

समाजातील ज्येष्ठांनी अनेकदा सांगितले होते, "लग्न म्हणजे दुसऱ्याचा भार नसून साथ असते." मामांना आता त्याचा खरा अर्थ समजू लागला. त्यांनी कितीही शूज पॉलिश केले तरी काही महिन्यांमध्ये उत्पन्न कमी असू शकतं, अशा वेळी पत्नीचे धीर देणारे शब्द खूप मोठे वाटत. कधी स्वयंपाकघरात लाकडाच्या चुलीचा धूर भरून डोळे चुरचुरू लागले, तरी मामा त्या धुरकट वातावरणातूनही "थोड्या वेळाने सगळं ठीक होईल" असं म्हणत आधार देत असत. थोडक्यात, दोघे मिळून जेव्हा कसेही करून खर्च आणि संकटांचा सामना करतात, तेव्हा सोबत असण्याचं महत्त्व खरं जाणवतं. पुढील काळात, त्यांच्या या नव्या नात्यातून ते अधिक समजूतदारपणे वागू लागले आणि इतरांच्या समस्यांकडेही अधिक संवेदनशीलतेने पाहू लागले. कारण, त्यांनी स्वतःही अनेक अडचणींचा सामना केलेला होता.

अशा रीतीने मामांचे लग्न आणि त्यानंतरचे पहिले काही महिने हे फक्त व्यक्तिगत पातळीवर न राहता, पुढील आयुष्याला आकार देणारे ठरले. ते जितकं आर्थिकदृष्ट्या अवघड होतं, तितकंच भावनिकदृष्ट्या जोडणारं होतं. पातळ साड्यांचा मांडव, उसनवारीचे भांडे आणि बारीकशा खोलीतील संसार या सगळ्यांतून त्यांना जे शिकता आले, ते इतरांच्या डोळ्यांतही आदराचा भाव आणणारे होते. मामा आणि त्यांची पत्नी मर्यादित संसाधनांत जगत असले तरी उद्याची आशा सोडत नव्हते, कारण त्यांच्यात परस्परविश्वास होता. या छोट्या घरात जे सुखद क्षण उमलत होते, ते त्यांच्यासाठी फार मौल्यवान होते. रोजच्या अखंड संघर्षातही प्रेम, समजूतदारपणा आणि एकमेकांच्या साथीचा दिलासा यामुळे त्यांचा जगण्याचा अर्थ अधिक संपन्न झाला. पुढे आयुष्यात जे उद्दिष्ट साध्य करायचे होते, त्याची पायाभरणी या लहान, कठीण पण एकदिल सहवासात घडत गेली.

8

पोस्ट ऑफिस

सीताराम "मामा" घनदाट यांना फोर्ट पोस्ट ऑफिसमधून फोन आल्यावर त्यांना थोडाच वेळ आनंदाचा शहारा अनुभवता आला. त्यांनी मुंबईत येऊन अनेक परीक्षा आणि संघर्ष झेलले होते. रस्त्याच्या कडेला शूज पॉलिश करून जगणे, बसस्टॉपवर झोपून दिवस काढणे आणि लग्नानंतर तुटपुंज्या उत्पन्नावर चालीत संसार चालवणे—हा प्रवास सोपा नव्हता. तरीही, सरकारी व्यवस्थेत मिळणारी एखादी नोकरी हे मोठं यश ठरू शकतं, अशी भावना त्यांच्या मनात होती. दरवर्षी रोजगार कार्डचे नूतनीकरण करणाऱ्या मामांना वाटले की अखेर त्यांच्या प्रयत्नांना यश मिळाले आहे.

मामांनी हे रोजगार कार्ड देवराम गायकवाड नावाच्या माणसाच्या सांगण्यावरून काढले होते. सरकारी किंवा निमसरकारी नोकरी मिळवू शकतील अशा उमेदवारांची नावं नोंदवण्याची ही एक व्यवस्था होती. शालेय प्रमाणपत्रे किंवा मोठे ओळखपत्र नसलेल्यांसाठी ही किमान मदत असायची. या कार्डमुळे वर्षानुवर्षे इतरत्र संधी न मिळालेल्या कित्येक जणांना पुढे कधीतरी कोणत्यातरी शासकीय जागेत अर्ज करता यायचा. मामा दर वर्षी वेळ काढून कार्ड नूतनीकरण करत; ती प्रक्रिया कंटाळवाणी वाटली तरी आत कुठेतरी त्यांना वाटायचे की, "दुसरी कुठलीही दारं बंद असली तरी हे एक छोटंसं दार उघडं ठेवायला हवं."

एक दिवस मामांच्या नावाने घरी एक अधिकृत लिफाफा आला. साधारणपणे किराणा बिले किंवा क्वचित एखादे कौटुंबिक पत्र एवढाच टपाल येत असलेल्या घरात असा सरकारी पत्राचा लिफाफा येणे विशेषच होते. मामांच्या पत्नीने तो उघडून बघितला, तर त्यात फोर्ट पोस्ट ऑफिसमध्ये जाऊन एका चाचणीत सामील व्हावे, अशी सूचना होती. त्यांच्या उमेदवारीचा संदर्भ देता पोस्ट

ऑफिसला अधिकृतपणे मेल डिलिव्हरीची जागा भरायची होती, त्यासाठी सायकल चालवता येणे, पत्रांचे वर्गीकरण करणे, इत्यादी कौशल्ये आवश्यक होती. मामांची चौथीपर्यंतची मर्यादित शालेय पार्श्वभूमी याच पत्रात कसोटीला लागणार होती, तरीही "सरकारी नोकरी" या शब्दांनीच त्यांचा उत्साह वाढला.

मामांना लहानपणापासून गावात पोस्टमन दिसायचा. एखाद्या गावातील अरुंद गल्लीतून तो खाकी गणवेशातून जाताना लोक आदरपूर्वक "नमस्कार" करायचे. कोणाच्या घरी चांगली बातमी घेऊन आला, कोणाच्या घरी एखादे दफ्तरी पत्र, कोणाला वाईट बातमी—सगळ्यांना पोस्टमनची वाट पाहावी लागायची. ही प्रतिमा मामांच्या मनात बसली होती. त्यामुळे शहरात सरकारी टपाल कर्मचारी होणे म्हणजे प्रगतीचे प्रतिकच वाटू लागले. दुर्दैवाने, मराठीबाहेरील लिखाण वाचण्यात ते कमकुवत होते; इंग्रजी अक्षरे त्यांना थोडीच ओळखता यायची. तरी "संधी मिळाली म्हणजे प्रयत्न नक्की करावा," या विचाराने त्यांनी तयारी सुरू केली.

ठरलेल्या दिवशी फोर्ट पोस्ट ऑफिससारख्या गजबजलेल्या ठिकाणी ते पोहोचले. तिथे त्यांच्यासारखीच काही माणसे परीक्षा द्यायला आली होती. एक अधिकारी येऊन बोलला की, "हे मेल-डिलिव्हरीचे काम आहे. सायकल चालवता येणे अत्यावश्यक आहे, कारण पोस्टमनना वारंवार अरुंद रस्त्यांतून, गर्दीच्या भागांतून फिरावे लागते." तेथील चाचणीची पद्धतही आगळी वेगळी होती—उघड्या जागेत पांढऱ्या खडूने रेखाटलेला आकृती-८ चा ट्रॅक, त्यावर संतुलन साधत सायकल चालवायची आणि एखादीही रेषा ओलांडली तर अपयश मानायचे. मामांना साध्यापुरते सायकल चालवता येत होते, पण अशी आकृती-८ची कसरत त्यांनी कधी केली नव्हती. आता मात्र जर ते अयशस्वी झाले तर नोकरीची छोटीशी संधीही हातची जाईल, ही भीती त्यांना वाटू लागली.

जेव्हा क्रमाने मामांची पाळी आली, तेव्हा त्यांनी कपाळावर आलेला घाम पुसत सायकल हातात घेतली. खडूने आखलेल्या मार्गावर अत्यंत काळजीने त्यांनी पहिला वळण घेतले. त्यांना शरीराचे संतुलन राखत, सायकल जमिनीला न टेकवता वाऱ्यासारखी चालवणे कठीण गेले. पण एकदा दोन-तीन वळणे घेतल्यानंतर ते थोडे स्थिरावले. शेवटी आकृती-८ पूर्ण झाल्यावर परीक्षकाने फक्त मान डोलावली; ते उत्तीर्ण झाले होते! मामांना आतून सुटकेचा निःश्वास पडला. इतक्या वर्षांच्या गरिबीतून आलेल्या, कधी शूज पॉलिश, कधी घरकाम किंवा छोटे-मोठे काम, आणि सततचा संघर्ष—या सगळ्यांच्या बदल्यात किमान एक लहानशी परीक्षा तरी त्रास न होता पार पडली, याचे समाधान त्यांना मिळाले.

परंतु ही फक्त एक प्राथमिक कसोटी होती. अधिकाऱ्याने स्पष्ट केले की, पोस्टमनला विविध भागांतील रस्त्यांची नावे ओळखावी लागतात, पत्त्यांमध्ये इंग्रजी अक्षरांनी लिहिलेले "रोड," "स्ट्रीट," "लेन" इत्यादी शब्द ओळखावे लागतात. कधी पत्त्यात "बी.एल.डी.जी." म्हटले तर बिल्डिंगचा बोध व्हायला हवा, कधी "फ्लॅट नं." म्हटले तर नेमका फ्लॅट शोधावा लागतो. मामांना हे ऐकून काळजी वाटू लागली. कारण त्यांना मराठीत थोडेफार वाचता येत असले तरी इंग्रजी वाचनात फारशी प्रगती झाली नव्हती. फक्त एखादा छोटा शब्द किंवा अक्षरांची ओळख, इतकेच त्यांच्या प्रगतीचे डगरी अजून कामी यायचे.

योग्य कागदपत्रे मिळाल्यावर आणि पहिल्या चाचणीत विजय मिळवल्यावर मामांना तात्पुरती नियुक्ती देण्यात आली. पोस्ट ऑफिसच्या वर्दळीत ते एक साधा खाकी गणवेश घालून गेले, तिथल्या अनुभवी पोस्टमनकडून काय करायचे ते शिकू लागले. आल्याआल्या मामांना एक मोठा सॉर्टिंग हॉल दाखवला गेला, जिथे रांगेत शेल्फ होती—प्रत्येक शेल्फवर एखादे परिसराचे लेबल. अनुभवी लोक काही सेकंदात पत्रावरचे पत्ते वाचून ते योग्य शेल्फमध्ये टाकत. मामा त्या वेगात भरकटले. इंग्रजी अक्षरे कधी स्पष्ट दिसत, कधी नसायची; कधी एखादे अक्षर धुसर असल्यास ते अगदीच न ओळखता मामा गोंधळून जात. एक-दोन चांगले सहकारी त्यांना मदत करत, "अरे हे चौपाटी किंवा कुलाबा किंवा मरीन ड्राइव्ह—इंग्रजीत कसे दिसते ते बघ," म्हणून पटकन कागद दाखवत. मामा "हो हो" करीत शिकण्याचा प्रयत्न करत, पण लक्षात ठेवणे अवघड गेले. नवे शब्द रोजच समोर यायचे, कधी मार्केट, कधी वांद्रे, कधी ग्रँट रोड—आणि तेही वेगवेगळ्या पद्धतीने लिहिलेले असायचे.

नवी नोकरी मिळणे मामांसाठी घरच्यांच्या आनंदाचा विषय ठरला. बायकोला वाटायचे, "आता निश्चित पगाराचे काम मिळाले तर घरभाडे आणि खाण्याच्या कटकटी कमी होतील." गावातील आई-वडीलही आनंदी झाले. ते म्हणायचे, "अरे, शहरात सरकारी नोकरी ही मोठी गोष्ट, आमचा मुलगा आता एक ठोस उंची गाठणार!" पण प्रत्यक्ष त्यांच्यावर परिस्थिती पूर्णपणे वेगळी पडू लागली. रोज सकाळी गणवेश घालताना मामांना विचार करावा लागे, "आज मी नवीन चुका करणार नाही ना? नको त्या रस्त्यांवर नको त्या चिठ्ठ्या घेऊन भटकणार नाही ना?" पोस्टमनला कधीकधी बिल्डिंग शिक्के, फ्लॅट नंबर, इंग्रजी नावाच्या पाट्या वाचून योग्य लोकांपर्यंत पत्रे पोहचवावी लागतात. एखादी भरधाव चूक झाली, की तेथे राहणाऱ्या मंडळींची वैतागायची शक्यता असते. पेपर, महत्त्वाची पत्रे, निकालाची कागदपत्रे—हे सर्व वेळेवर पोहोचवायला हवे, अन्यथा तक्रारी येतात

आणि वरिष्ट नाराज होतात.

एखाद्या दिवशी मामा अनेक चुका करत, आणि बॉस नाखूष होई. मामा स्वतःला सुरुवातीलाच सावरायचा प्रयत्न करी, पण मग एकदोन चुका झाल्यावर आत्मविश्वास ढासळे. चित्रविचित्र इंग्रजी नावांची भरभक्कम गर्दी त्यांना संभ्रमात टाकत असे. काही लोकांनी त्यांच्याकडे "पोस्टमनशेठ, एवढेसुद्धा वाचता येत नाही?" असा त्रासिक सूर काढल्यावर ते खूपच अपराधी वाटून घ्यायचे. आर्थिकदृष्ट्या भविष्यासाठी ही नोकरी फार महत्त्वाची असली तरी, "आपण हा ताण टिकवू शकू का?" असा प्रश्न त्यांच्या मनात सतत येई.

बायकोने ज्या शक्य तेवढ्या प्रकारे आधार दिला—रात्री थोडे थोडे शब्द शिकायला उद्युक्त केले, घरातला उजेड मंद असला तरी जुनी पाने, पत्रे, टाकाऊ लिफाफे यावरचे शब्द करून दाखवायला सांगितले. कधी शेजाऱ्यांनी एखादा लहान इंग्रजी-मराठी शब्दकोश दिला, ज्यात रस्त्याची नावें कशी वाचायची हे मामांना तपासता आले. तरीही, इंग्रजीचा पसारा इतका मोठा आणि गोंधळात टाकणारा असे की, दिवसागणिक त्यांना वाटायचे- "याआधी आपण फक्त आकृती-८ सायकल तंत्र शिकलो, पण हे इंग्रजीचे जग अधिक अवघड आहे!" या चिंतेने ते रात्रीही नीट झोपू शकत नव्हते.

अखेरीस मानसिक ताण इतका वाढला की, एक दिवशी मामांनी पोस्ट ऑफिसला फोन करून सांगितले की, "आई आजारी आहे, मला गावी जायचे आहे." अगदीच अनपेक्षित आणि तातडीची सूचना दिल्याने वरिष्टांनी "ठीक आहे" असे म्हणून फोन ठेवला. मामा त्याच दिवशी एक छोटी पिशवी घेऊन ट्रेन पकडून गावाकडे निघून गेले. त्यांच्या मनात अपराधी भाव होता. परवानगी घेण्याऐवजी ते प्रत्यक्षात पळून जात असल्याची भावना त्यांना बोचत होती. "कदाचित मी ईमानदारपणे सांगितले असते, तर... पण मग ताबडतोब नोकरी जाण्याची भीती होती," अशी सतत खंत मनात घोळत होती.

गावात आल्यावर त्यांचे आई-वडील आश्चर्याने विचारू लागले, "अचानक का आलास?" मामा धूसर कारणे सांगत विषय टाळत राहिले. ते गावात म्हणायचे, "दोन-तीन दिवसांची सुट्टी घेऊन आलोय." पण त्यांच्या मनात एक मोठी दिवधा होती. "फोर्ट पोस्ट ऑफिसमध्ये परत जायचे तर तिथे इंग्रजीची अडचण, रस्त्यांची गोंधळ आणि चुका झाल्यावर येणारा ताणतणाव असेल. आणि इथे गावात राहिलो तर पुन्हा मोचीचे काम, तुटपुंजे उत्पन्न आणि प्रगतीची फारशी शक्यता नाही." त्यांच्या कुटुंबाला वाटत होते की, मामा सरकारी नोकरी सोडणार नाहीत. पण मामा मनातल्या दबलेल्या भावनेने म्हणत होते, "माझ्या हातून हे जमणार

नाही."

दोन-तीन आठवड्यांनी त्यांच्यावर पोस्ट ऑफिसकडून परत नोकरीवर हजर होण्यासाठी कदाचित पत्र आले असेल, पण ते गावात आलेल्या का कोणाच्या तरी हातून परत मुंबईला गेले, किंवा तिथेच रेंगाळले, पण मामा त्याची वाट बघत नसत. ते गावात बसून पुन्हा आपल्या वडिलांना बूट दुरुस्तीच्या कामात हातभार लावू लागले. दिवसभर एखाद्या पारावर बसून, शेतमजुरांच्या फुटलेल्या चपला शिवणे, कोणी रस्त्याने वाहतूक करणारे आले तर त्यांचे फाटके बूट घडवणे, या जुन्याच कामात ते सामावून गेले. "हेही आपलेच काम," असे मनाला बजावत ते दिवस काढत होते. आई-वडील आणि गावकऱ्यांना वाटायचे की शहरातलं काम तात्पुरते बंद पडल्यामुळे मामा थोड्या दिवसांत परत जाईल. परंतु मामांना आतच माहीत होते की ते पुन्हा फोर्ट पोस्ट ऑफिसमध्ये परत जाणार नाहीत.

त्यांना जाणवत होते की, इंग्रजी वाचन-लेखनात भर पडणे हा एक लांब पल्ल्याचा प्रवास असणार आहे. इतक्यात जर कार्यालयात परत गेले तर रस्त्यावर भटकून चुकलेली पत्रे, वरिष्टांचे राग, नागरिकांचे ओरडणे, याला तोंड देणे अधिक अवघड होणार. त्यांनी मनाशी निराशेचा तोटाच रेखांकित केला, "कदाचित ही संधी मला सोडावी लागेल." शहरी प्रशासन आणि हक्काचे सरकारी काम हे इतके महत्त्वाचे असूनही, म्हणूनच, जिथे भाषा आणि तयारीचा अडथळा मोठा आहे, तिथे टिकून राहणे त्यांना दुर्बळ वाटू लागले.

मामांच्या बायकोनेही कधी तरी विचारले असावे, "कधी परत जाणार?" पण दोन-तीन दिवसांत त्यांच्या बोलण्यातून स्पष्ट झाले की, ते तिथे नोकरी सोडून आले आहेत. गावात शेजाऱ्यांनीही विचारले, "पोस्टमनची नोंद झाली होती ना? नोकरी कशी चालली आहे?" मामा टाळणारी उत्तरे देत होते. हळूहळू लोकांनी विचारणे कमी केले आणि गावचा नित्यक्रम पूर्वीसारखाच सुरू राहिला. मामा साध्या जीवनशैलीत वाढलेल्या माणसासारखे पुन्हा हाताने काम करू लागले. मुंबईच्या महानगरातील अनिश्चित धकाधकीपेक्षा गावात मोचीचे जुनेच काम बरे, अशी त्यांनी मनाशी तडजोड केली.

मनाच्या तळाशी मात्र ते वारंवार विचार करत, "जर मी काही महिन्यांनी इंग्रजी शिकून चांगले वाचू शकलो असतो, तर बहुतेक तो ताण कमी झाला असता. मी पोस्ट ऑफिसच्या नोकरीत जम बसवला असता. शासकीय कर्मचाऱ्याची ओळख मिळवली असती. घरच्यांना उदरनिर्वाहाकरिता एक निश्चित आधार मिळाला असता." या शल्याने ते कधी निराश व्हायचे, पण काळ जसजसा पुढे जायचा, तसतसे ते जगण्यात पुढे सरकायचे. ज्या क्षणी या चाचणीवर थांबायचे

नाही, म्हणून त्यांनी तिथून पोटापाण्यापुरतेही काही मनोधैर्य राखून पुढचा प्रवास सुरू ठेवला.

या साऱ्या प्रसंगात, मामांना एक कटू वास्तव समजले. शहरी आणि सरकारी व्यवस्थेमध्ये महत्त्वाकांक्षा जरी असली, तरी शिक्षणात पोकळी असेल तर लवकरच माणसाला या व्यवस्थेच्या धगेत अडखळावे लागते. आकृती-८ सायकल टेस्टमधील यश असले, तरी इंग्रजी वाचन किंवा शहरातील पत्यांची गुंतागुंत ओळखण्यात आलेला अपयश यामुळे त्यांना मारक ठरले. त्यांनी लहानपणी शाळा पुढे सोडली नसती, ग्रामीण भागातील शिक्षण सुटले नसते, तर हा फरक पडला असता का, अशी खंत त्यांना सतावायची. कदाचित योग्य वेळी मार्गदर्शन मिळाले असते, तर यांच्या जिद्दीला एक योग्य दिशा मिळू शकली असती.

मामांनी निर्धारपूर्वक नोकरी सोडायचे ठरवले होते, पण ही वस्तुस्थिती त्यांना जीवनातील एक मोठा धडा देऊन गेली. कोणतेही धाडस, कितीही मेहनत, योजनाबद्ध शिकण्याशिवाय पूर्णत्वाला जात नाही, हे त्यांनी समजून घेतले. शहराने त्यांना काही काळापुरते सरकारी कर्मचाऱ्याचे थोडेफार गौरव दिले असले, तरी त्यासाठी आवश्यक तयारी अजून बाकी होती, जी त्यांच्याकडे नव्हती. तिथे थांबण्याचा धीर त्यांनी दाखवला असता तरी, चुकांनी त्यांना दडपून टाकले असते. त्यामुळे मुंबईच्या गोंधळात परत त्रस्त होण्यापेक्षा, गावातील शांत जीवन त्यांना अधिक व्यवहार्य वाटले. घरातील आणि समाजातील दबाव कमी होता. कदाचित भूक असली तरी मनावर तो सततचा ताण आणि दडपण नसते.

हळूहळू सगळ्यांना कळलं की, मामा पोस्ट ऑफिसमध्ये कायमचे रुजू झाले नाहीत. काहींनी खंत व्यक्त केली, "तुम्ही एवढं मोठं काम सोडलं," तर काहींनी सहानुभूती दाखवली, "शिक्षण नसल्यामुळे तुम्हाला माघार घ्यावी लागली." मामा शांत राहिले; त्यांनी मनाशी ठरवलं, "उपहास असो किंवा सल्ले, माझे मार्ग मीच ठरवणार आहे. मी पुढे काहीतरी नक्कीच करू शकेन." त्या अनिश्चिततेतही त्यांनी आपल्या सहजतेने मोचीचे काम चालू ठेवले. गडद ढगांमधून एखादी प्रकाशाची किरण दिसतेय का, हे ते शोधत राहिले. फ़ोर्ट पोस्ट ऑफिसमधील अखंड ताण आणि अशांत स्वप्ने आता हळूहळू विरत चालली होती.

या थोडक्या अनुभवाने जीवनाचे तत्त्वज्ञान अधिक स्पष्ट झाले. शहरात प्रगतीची स्वप्ने दाखवणारे अनेक दरवाजे असतात, पण त्या दरवाज्यांतून आत जायचे असेल तर आवश्यक साधनसामग्री, शिक्षण आणि आत्मविश्वास असावा लागतो. मामांकडे इच्छाशक्ती होती, जिद्द होती. आकृती-८ सायकल टेस्ट करून दाखवली, पण नंतरचा लांब पल्ला—इंग्रजी वाचन आणि शहरातील रस्ते-पत्यांचे

जंजाळ—त्यांना पुरले नाही. ही घाई-गडबड आणि मानसिक दडपण अखेर त्यांना स्वेच्छेने माघार घेण्यास भाग पाडले. "आता काय साधता आले नाही," असा वेदनेचा हुंकार आजही त्यांच्या मनात कधी उमटत असेल. तरी, एकदा स्वीकारले की, "हे जग माझ्या तयारीपेक्षा वेगळे आहे," तर त्यांना तेथून बाजूला होणेच योग्य वाटले.

नंतरच्या काळातही मुंबईत तशी अनेक माणसं दिसली—ज्यांना सरकारी किंवा निमसरकारी जागा मिळाली, पण एखाद्या कारणाने (भाषेचा अडथळा, शिक्षणाचा अभाव, नवीन कौशल्य शिकायला वेळ नसणे) ती जागा टिकवता आली नाही. मामांचा हा अनुभव जणू त्या सर्वांचे प्रतिनिधित्व करत होता. धडपड, झगडणं, अचानक आलेली संधी आणि मग निराशेची फिकट छटा—हे जीवनचक्र अनेकांना भोवते. मात्र, मामांनी यातून एक गोष्ट शिकली की, प्रत्येकाने आपले अपयश पूर्णतः नशीब किंवा परिस्थितीवर ढकलू नये. तेथे विशिष्ट उपाय असतील, शिक्षणाचे फायदे असतील, कोणाकडून तरी मदत मिळवता आली असती, असे त्यांना वाटायचे. पण शहरात सर्वांनाच मार्गदर्शक भेटतेच असे नाही, आणि अशा वेळी परिस्थिती हातातून निसटते.

मामा हा अनुभव कधीच विसरले नाहीत. त्यांच्या मनात सतत प्रश्न उभा राहायचा, "आयुष्यभर शूज पॉलिश किंवा मोचीचेच काम करणे हाच माझा मार्ग आहे का? शासकीय नोकरीची ती संधी हुकली, पण पुढे काही मिळेल का?" त्यांना जाणवत होतं की, संधीची दारे अजूनही उघडी आहेत. पण त्याचवेळी त्यांनी हेही समजून घेतलं की, योग्य तयारी नसेल तर जग कधी कधी कठोरपणे, कुठलाही नम्र शब्द न वापरता, आपल्याला बाहेर फेकून देतं. मोठी स्वप्ने असली तरी ती साध्य करण्यासाठी पुरेशी तयारी आणि कौशल्य आवश्यक आहे. सिनेमामधल्या "लोहार बनून दिन बदलतो" असल्या कल्पना फक्त मनोरंजनापुरत्याच असतात. प्रत्यक्षात प्रगती करण्यासाठी कष्ट, ज्ञान आणि योग्य मार्गदर्शन हवेच.

आता मामांचा दिवस गावी मोचीचे काम सांभाळून, अधूनमधून मुंबईची याद ताजी करण्यात जाई. मनात कल्पना दिसे—पोस्टमनचा गणवेश, फार्म स्टॅंप, लोकेशन कोड, किमान निश्चित पगार आणि घरी निर्धास्त चेहरे! पण तो विचार आठवला की, त्यांना बरेच दिवस रात्रीचे स्वप्न पडायचे की, मोठा सॉर्टिंग हॉल आहे, इंग्रजी अक्षरांचे भल्यामोठे ढीग, पर्यवेक्षकाची करडी नजर, शेजारी दणकून पत्रे वर्गीकृत करणारे सहकारी, आणि मग सगळं गोंधळून चाललयं... मग त्यांची झोपेत घाम फुटे. त्यांनी हे सारे स्वतःच्या मनाला समजावून सांगितले की, "शोधेन पुढील मार्ग. तूर्तास स्वतःवर जास्त दडपण नको."

या सगळ्याचे सार म्हणजे, फोर्ट पोस्ट ऑफिसमधील मामांचा अनुभव त्यांच्यासाठी एक मोठा धडा ठरला. लहानशा परीक्षेवर त्यांनी कामगिरी केली, पण पुढील व्यापक आव्हानापुढे ते कमी पडले. सिस्टममध्ये टिकण्यासाठी भाषिक शक्यता आणि प्रशासकीय प्रक्रियेची जाण असणे गरजेचे असते, हे त्यांना प्रकर्षाने दिसले. त्या आघाडीवर त्यांची तयारी झाली नव्हती आणि त्यांच्याकडे कोणताही संस्थात्मक पाठिंबा नव्हता. गावी परत जाताना त्यांनी संधी सोडल्याची खंत ठेवली, पण त्यांनी या अपयशाला पुढील जीवनातल्या प्रयत्नांसाठी धडा मानले. "जर कुणी आपले काम करण्याआधी योग्य तयारी करत असेल, भाषेबाबत किंवा इतर क्षेत्रात मदत मिळवत असेल, तर तो माझ्यापेक्षा अधिक यशस्वी होईल," असे त्यांना वाटू लागले.

हा छोटासा प्रसंग त्यांच्या दृष्टीने "शहराच्या डावपेचांची झलक" ठरला. मामांच्या अन्याय्य परिस्थितीचा विचार केला तर त्यांच्या जिद्दीला नक्कीच सलाम करावा लागेल—कारण त्यांनी कठीण कसोटीला सामोरे जाऊनही प्रयत्न सुरूच ठेवले. मात्र, भाषा, शिक्षण आणि व्यवस्थेची कमी ओळख यावर अजून खूप काम करायचं होतं. त्यांची लढाई फक्त उपजीविकेची नव्हती; ती शहराच्या गुंतागुंतीशी जुळवून घेण्याचीही होती. या वेळी त्यांना अपयश वाटलं असलं तरी, हीच आठवण त्यांना सतत सांगत राहिली की, "जोपर्यंत योग्य तयारी होत नाही, तोपर्यंत संधीदेखील पंखाच्या टोकावरून निसटून जाऊ शकते."

फ़ोर्ट पोस्ट ऑफिसशी संबंध तुटला तरी मामांनी स्वभावातील जिद्द कायम राखली. या घटनेने त्यांना एक मोठा धडा दिला—केवळ मेहनत पुरेशी नसते, तर शिक्षण आणि योग्य मार्गदर्शन दोन्ही आवश्यक असतात. जेव्हा ग्रामीण पार्श्वभूमीतून आलेल्या माणसाला शहरात नोकरी मिळवायची असते, तेव्हा मूलभूत अडचणी किती मोठ्या अडथळ्यांप्रमाणे वाटू शकतात, याची जाणीव त्यांना झाली. हे अपयश त्यांच्या मनाच्या कोपऱ्यात घर करून राहिलं, पण त्याच वेळी त्यांनी इतरांसाठी अशा अडचणी कमी कशा करता येतील, याचाही विचार सुरू ठेवला. त्यांच्या आत्मकथेतील "पोस्ट ऑफिसचा प्रसंग" जरी थोडा दुःखद असला तरी, त्यातून त्यांना पुढील प्रयत्नांसाठी नवा धीर आणि ऊर्जा मिळाली.

९

विधानसभेत शिपाई म्हणून काम करणे (१९६१-१९७७)

सीताराम "मामा" घनदाट यांच्यासाठी महाराष्ट्र विधानसभेत शिपाई म्हणून मिळालेली नोकरी हा त्यांच्या आयुष्याला कलाटणी देणारा टप्पा ठरला. पोस्ट खात्यातील काम अचानक सुटल्यावर ते पुन्हा शहरात मोचीचे काम, किरकोळ हातमजुरी आणि शेजाऱ्यांच्या मदतीवर कसातरी उदरनिर्वाह करत होते. ज्या रोजगार कार्ड व्यवस्थेने त्यांना पोस्ट खात्याची संधी मिळवून दिली होती, त्याच व्यवस्थेतून नवे सरकारी पद भरते असल्याची माहिती आली तेव्हा त्यांना कोणताही मोठा भरवसा नव्हता, पण किमान मुलाखत देण्याचा प्रयत्न करायचा असे त्यांनी ठरवले. विधानसभेत शिपाई पद असल्याने त्यांना वाटले की पोस्ट खात्यापेक्षा येथील काम थेट इंग्रजी पत्रांची चाचपणी करणे किंवा तांत्रिक गोष्टींशी निगडित नसेल. यामुळे उत्तम शिक्षण नसले तरीही ते आपल्या साध्या स्तरावर हे काम करू शकतील अशी त्यांची आशा होती.

ठरलेल्या दिवशी मामा साध्या वेशात विधानसभेच्या दालनात गेले. भव्य इमारतीवरून राज्याच्या सामर्थ्याची कल्पना येत होती. मुलाखतीची प्रतिक्षा करताना अनेक उमेदवार जमा झाले होते. काही जणांकडे शालेय प्रमाणपत्रे, कुणाकडे इतर सरकारी कामांचा अनुभव; मात्र मामांकडे तसे ठोस कागदपत्र नव्हते. त्यांनी फक्त शहरातील जिद्दीचे दान, विविध खटपटीतून मिळवलेल्या

सचोटीचा ठसा आणि हाताळलेला संघर्षाचा अनुभव हाच आपला भांडवल मानले. मुलाखत समितीने साधेसुधे प्रश्न विचारले. शिपाईला वरिष्ठ अधिकाऱ्यांची मदत कशी करावी लागते, योग्य कागदपत्रे लवकर कोणाकडे पोहोचवायची, प्रसंगी बाहेरचे लहानसहान काम कसे करायचे, अशा गोष्टींची खातरजमा झाली. मामांनी विनम्रपणे सांगितले की, त्यांना शारीरिक श्रम असो की अखंड वर्दळ असो, काहीही चालेल, फक्त काम प्रामाणिकपणे करायचे. त्यांच्या बोलण्यातील साधेपणा आणि स्वभावातील प्रामाणिकपणा लक्षात घेऊन बहुधा निवड समितीने त्यांची निवड केली.

त्या मुलाखतीनंतर त्यांना पक्का निर्णयपत्र मिळेपर्यंत काही दिवस ताणतणावात गेले. शिपाई म्हणून निश्चित काम मिळाले तर किमान महिन्याच्या अखेरीस काही रक्कम हाती पडेल, घरभाड्याचे ओझे भागवता येईल, अशा आशेने मामा आणि त्यांच्या पत्नीने रोजचे जगणे कसातरी पुढे ढकलले. अखेरीस त्यांना नियुक्तिपत्र मिळाले आणि ते विधिमंडळाच्या इमारतीत नोकरीला हजर झाले. तिथले वातावरण त्यांना नवेच वाटले. एका बाजूला राज्याच्या मोठ्या पदांवर असणारे राजकारणी, मंत्रिपदावरचे लोक, आमदार, अधिकाऱ्यांची गर्दी आणि दुसऱ्या बाजूला दैनंदिन कार्यालयीन काम करणारे कर्मचारी, शिपाई, यांचे संमिश्र दृश्य. मामा पहिल्या दिवशी अतिशय घाबरलेले होते, कारण इथे मोठी माणसं येतात, त्यांच्या हातात निर्णयाचे पावर असते, याची जाणीव त्यांना झाली होती.

दिवसागणिक मामांचे काम ठरलेले राहू लागले. शिपाई म्हणून कित्येकदा फायली एका अधिकाऱ्यांकडून दुसऱ्याकडे नेऊन द्यायच्या, कोणाला तरी चहा-पाणी मिळवून द्यायचे, बाहेरून लहान-मोठी खरेदी करायची, दिवसाच्या कामकाजात आलेल्या कागदपत्रांची नेआण करायची, प्रसंगी भावा-बहिणीच्या राजकीय वादविवादांची चिठ्ठी खासदारांपर्यंत किंवा आमदारांपर्यंत पोहोचवायची, अशा बऱ्याच गोष्टी त्यांच्या अंगावर पडत असत. अधिवेशनाच्या वेळी तर कामाचा व्याप वाढे. अनेकदा विधिमंडळाच्या कामकाजात अतिशय ताण असायचा. कुणी आपले भाषण तयार करत असे, कुणी प्रश्न विचारायला सज्ज होत असे, कुणाला तरी तातडीने तांत्रिक माहिती हवी असे. अशा वेळी शिपाईंची चाकरमानी धावपळ अधिक वाढायची. मामा ती धावपळ न कुरकुरता स्वीकारत. कारण, महिन्याच्या शेवटी एका खात्रीशीर पगाराची हमी असल्याने त्यांना मानसिक दिलासा मिळत होता.

याच काळात मामा अनेक नेत्यांना पाहत. यशवंतराव चव्हाण, वसंतराव नाईक अशा मोठ्या व्यक्ती महाराष्ट्राच्या राजकारणावर प्रभाव टाकत असत. मामा आधी अंगभूत लाजरेपणामुळे फारसा संपर्क करत नसत, पण हळूहळू ते सर्वांपर्यंत चटकन पोहोचणारे म्हणून ओळखले जाऊ लागले. सर्वांशी नम्रपणे वागणे, कोणतीही सूचना लगेच पाळणे, कधीही राग न दाखवणे — या त्यांच्या स्वभावामुळे काही आमदार त्यांना हसत बोलत पाठीवर शाबासकी देत. कधी विचारायचे, "आज घाईत आहेस का?" तर कधी, "ही फाईल जरा तिथे ठेवशील का?" अशा प्रकारे काम देताना त्यांच्यावर विश्वास असायचा की, मामा आपले काम नेहमी चोख करतात. छोट्या गोष्टींमध्येही प्रयत्न करून सहकार्य दाखवणाऱ्या मामांनी हळूहळू चांगले संबंध जुळवून घेतले.

विधानसभेत साधा शिपाई असूनही तेव्हाच्या राजकीय घडामोडींचे मोठे दर्शन मामांना मिळाले. कोणत्यातरी विधायक प्रस्तावावर चर्चा करून त्यावर मतभेद झाले तरी शेवटी राजकीय बंद दारामागे काही तडजोडी होत, पक्षांतर्गत कारस्थान, मैत्रीपूर्ण वाटाघाटी, सत्तेसाठीचे सामंजस्य असे अनेक रंग त्यांना दिसू लागले. सरकार कसे चालते, धोरणे कशी तयार होतात, त्यावर किती संमिश्र दबाव येतात, हे ते पाहत. साध्या माणसाला इतके जवळून "सत्ता" पाहता येणे दुर्मीळच. हीच नव्या शिकवणीची सुरुवात म्हणावी लागेल. मामा दृष्टीने येणाऱ्या सर्व गोष्टी टिपून घेत. यापैकी काही गोष्टी त्यांना भविष्यकाळात उपयोगी पडतील, असा त्यांचा अंदाज मात्र तेव्हा झाला नव्हता.

विद्यमान राजकीय वातावरण म्हणजे केवळ देखावा नसतो, तर आपल्यासारख्या लोकांच्या रोजच्या जीवनाला आकार देणारा केंद्रबिंदू असतो, हे मामांना आकलन होऊ लागले. पाणीपुरवठ्याचे कायदे, शेतमजुरीचे निर्णय, रहिवास स्थानांचे प्रश्न, उद्योगधंदे वाढवण्यासंदर्भातील योजना, या सगळ्याचा संबंध लोकांच्या नेहमीच्या प्रश्नांशी कसा घनिष्ट आहे, हे ते पाहत. वयाने मोठी माणसे विधानसभेत येत आणि "आमच्या भागाला पाणी द्या" अशी मागणी करत; काही सदस्य खेड्यातल्या रस्त्यांसाठी अंदाजपत्रक वाढवण्याचा आग्रह धरत. अशा चर्चा ऐकून मामांच्या मनात विचार येई की, जर बूटपॉलिश करणाऱ्या किंवा अल्प शिक्षण असलेल्या माणसांनीही एकत्र येऊन याविषयी बोलले तर त्यांच्यासाठी कोणीतरी आवाज उठवेल का? बहुतेक वेळा गावातील लोकांना हे सारे अशक्य वाटते. मग शिपाईच काय, आम्ही आपला उदरनिर्वाहाचा ताण सोसू शकतो, त्यापेक्षा जास्त काही करू शकत नाही, असे म्हणतात. पण मामा मात्र चिंतन करत असत की, "आपल्यासारखी साधी माणसे यात कधी सक्रिय होतील

का?"

दुसऱ्या बाजूला मामांचे घरगुती आयुष्य अजूनही हळवेच आणि अस्थिर होते. तुटपुंज्या जागेतील त्यांचे निवासस्थान अधूनमधून पालिकेच्या अतिक्रमण मोहिमेत सापडायचे. झोपडी पाडण्याची नोटीस आली की, त्यांच्या पत्नीला थेट घाबरून जाण्याशिवाय पर्याय नसे.

मुलं लहान असल्याने त्यांनाही सतत भीती वाटायची. मामा विधानसभेत काम करत असले तरी पगार काही फार मोठा नव्हता, आणि सरकारच्या बळावर आपला झोपडीचा हक्क पक्का होईल, अशी खात्री त्यांना नव्हती. ते आधी पोस्ट खात्यातील अपयशातून तग धरून पुढे आले होते, आता त्यांच्या डोक्यावर पुन्हा बेघर होण्याची शक्यता येऊ नये, यासाठी ते एकीकडे अधिकाऱ्यांकडे विनंती करत. या काळात विधानसभेतली काही ओळखी त्यांना उपयुक्त ठरली. काही सहृदयी नेत्यांनी त्यांच्या परिस्थितीबद्दल जाणून घेतले, कोणीतरी "पुढे बघू" म्हणून पालिकेकडून येणाऱ्या तात्पुरत्या नोटीस स्थगित करणारा शब्द वरच्या अधिकाऱ्यांना काढला. यामुळे त्यांचे घर काही काळ वाचत असे. हे "कर्तव्यापेक्षा कृपाशक्ती" असले तरी त्या सहानुभूतीच्या आधाराने ते मुलांना निरंतर शिक्षण देऊ शकले, बायकोला थोडेफार वस्तू विकत घेऊ शकले, आपण निर्धास्तरीत्या कामकाज करू शकलो. "अनेक वेळा शहरात जगायचे असेल तर अशी मदतीची हात पुढे यायलाच हवी," असे मामा म्हणत.

विधानसभेत एका वरिष्ठ नेत्याचे – कदाचित व्ही. एस. पागे असावे – विशेष पाठबळ त्यांना मिळाले होते, ही आठवण ते नेहमी सांगायचे. पागे यांनी पालिका अधिकाऱ्यांना मामांची विनंती ऐकून घेण्याचे सुचवले, त्यामुळे त्यांची झोपडी तात्पुरती तरी बचावली. एरवी "अनधिकृत" ठोस सुविधा नसलेल्या वस्त्या पाडण्याच्या मोहिमेत सामावून गेली असती. या प्रसंगाने मामांना सरकारी व्यवस्थेत स्वतंत्र बळ नसले तरी योग्य संबंध, चांगली ओळख, प्रामाणिक काम करण्याची विचारसरणी असली, तर आपण मोठ्या संकटातून काही काळ वाचू शकतो, असा महत्त्वाचा धडा दिला. ते म्हणायचे की, "शिपाई असूनही आपण लोकसभेमधली सगळी धोरणे बदलू शकत नाही, पण किमान आपल्या कुटुंबाला जपण्यासाठी एखाद्या दयाळू अधिकाऱ्याला विनंती करणे शक्य असते." अशी किरकोळ साहाय्येही मामांच्या दृष्टीने मोठी वाटायची, कारण त्यांच्या लहानपणी व पुढील काळात शहराने त्यांना फारसे काही दिले नव्हते.

दोन दशकांच्या आसपास मामा या पदावर होते. या काळात महाराष्ट्रात अनेक मंत्री, मुख्यमंत्र्यांचे फेरबदल झाले, पक्षीय वादविवाद झाले, समाज प्रगतीचे धोरण

बदलली, एकाहून एक समाजसेवक पुढे आले, तर काहींना मोठी राजकीय प्रसिद्धी मिळाली. ही सगळी उलथापालथ ते रोज बघत होते. शब्दशः गोंगाटात आणि चाचपणात चालणारी राजकीय दररोजची धडपड त्यांच्या नजरेसमोर असायची, ते मात्र शांतपणे कामात व्यस्त असत. चहाचे कप आमदारांपर्यंत पोहोचवायचे, काळजीपूर्वक दस्तऐवज योग्य वेळी योग्य व्यक्तीपर्यंत देण्याची जबाबदारी घ्यायची, या छोट्या गोष्टींकडे मामा विवेकाने पाहत.

या विशिष्ट दशकांत त्यांच्या संसारात थोडेफार स्थैर्य आले. जरी त्या तुटपुंज्या जागेमुळे आणि कमी वेतनामुळे त्यांना अत्यंत समृद्धी मिळाली नाही, तरी महिन्याच्या शेवटी पगार निश्चित येत होता. मुलांना साधी शाळा तरी देता आली, त्यांना वयाच्या विशिष्ट टप्प्यावर मामांनी "हे काम तू शिकू नको, तू पुढे शिक," अशा सूचना केल्या. "मी लेखन-वाचन तसे कमी केले, पण तुम्ही तरी पुढे जा," असे ते मुलांना धीर देत. पत्नीलाही चांगले कपडे, घरसजावट अशा गोष्टींसाठी नुसते स्वप्न बघायचे नसून किमान छोटेमोठे बदल शक्य दिसू लागले. जसे एखादी बाहेरून लावायची कडी, किरकोळ स्वयंपाकघराचा पडदा, मुलांसाठी पुस्तके, यांसारख्या वस्तूंची खरेदी जमू लागली. मनात एक शांतीची भावना निर्माण झाली की, "आता आपल्याला रोज कामासाठी विखुरलेल्या हॉटेलांत जात बसायची वेळ नाही. आपण सरकारी कर्मचारी आहोत." तेव्हा प्रगती म्हणजे राजकीय सत्ता नसली, तरी साधे पण विशिष्ट स्थिरता देणारे स्थान मिळाले, याचा मामांना अभिमान वाटायचा.

विधिमंडळाच्या परिसरात दोन्ही पक्षांमधील राजकीय मतभेद आणि स्पर्धा त्यांना स्पष्टपणे दिसायची. कितीदा मोठमोठे आमदार सभागृहात एकमेकांवर आरोप करत, वाद घालत, कधी तरी चिडून सामना करत, तर लोकांचे कामकाज पुढे नाहीसे होत, पण बाहेरच्या दालनात मात्र ते एकमेकांशी हसत-खेळत बोलणारे दिसत. मामा या राजकीय खेळीला थोडा दुर्लक्षितपणे बघायचे; त्यांना जाणवायचे की एखाद्या विधेयकावरून अतिशय तीव्र मतभेद आहेत, परंतु त्याचवेळी काही समाजकारणासाठी दोन्ही पक्षांमध्ये तडजोड करून प्रकल्प मंजूर करण्याची पुढाकार असते. राजकारण फक्त ओरडण्यावर अवलंबून नाही, तर नाना कौशल्यांचा मिश्र वापर असतो, हे ते ओळखू लागले. ही सगळी माहिती मामांना अशा रीतीने मिळाली की, ते प्रत्यक्ष राजकीय चर्चेत नसले तरी दाराआडच्या संभाषणांची वाक्ये, चिठ्ठ्या आणि वक्तृत्वाचे तुकडे त्यांच्यापर्यंत पोहोचत असत. ही राजकीय परीक्षा बघितल्यावर त्यांचे विचार जास्त प्रगल्भ होत गेले.

सतरा वर्षांनी त्यांनी विधानसभा सोडली त्या वेळी त्यांच्या अनुभवाचा पट खूप विस्तृत झाला होता. एकेकाळी बेघर अवस्थेत रस्त्यावर राहणारा, मोचीच्या व्यवसायातले तुटपुंजे अर्थार्जन करणारा एक तरुण आता राज्याच्या राजकीय आयुष्याचा प्रत्यक्ष साक्षीदार बनला होता. नुसते ऊर्ध्वगामी चढणे नसले, तरी हाताला स्थिर पगार, बऱ्यापैकी मान सन्मान आणि काहीशा भोळ्या राजकीय संधारणांमधून शहरातील घराचे सुरक्षित छत, एवढे तरी त्यांना मिळाले होते. "आपण शिपाईच का?" अशा भावना कधी मनात येत, पण तेवढ्याच क्षणी "बसस्टॉपवर झोपण्यापासून इथपर्यंत आलो, हेही थोडे नाही," असे ते स्वतःला बजावत. राजकीय दृष्टिकोनाने देखील ते म्हणायचे, "पुढे एखाद्या दिवशी मी स्वतःचे विचार मांडू शकेन का?" हा प्रश्न त्यांना छळायचा, पण तेव्हा सवड नसायची. सध्या तरी कुटुंबाला स्थैर्य देणे आवश्यक आहे, असे त्यांचे प्राथमिक उद्दिष्ट होते.

या काळात त्यांच्या मुलांचेही बालपण चाळीमध्ये आणि आसपासच्या गल्लीबोळात रंगीबेरंगी होते. ते विधानसभा आवारात बरेचदा येत नसत, पण बापाची सरकारी नोकर शिपाई म्हणून प्रतिमा त्यांना एक सन्मानाची भावना देई. शेजारचे लोक कधीकधी चिडलेले दिसतः "तू सरकारात असल्यामुळे तुला घराचा प्रश्न सुटतो," वगैरे तक्रारी. परंतु काही सामाजिक तणाव असूनही मामा सर्वांशी प्रसंगी सामंजस्य राखत राहत. त्यांनी जाणीवपूर्वक राजकीय संबंधांना कधी गैरवापर नसावा याबाबत दक्ष राहण्याचा प्रयत्न केला. कुणाच्याही भांडणात पडावे लागले तर ते विचारी म्हणायचे, "मी तिथे फक्त चिठ्ठी देणारा शिपाई आहे, अधिकार माझ्याकडे नाही." त्यामुळे थोडा रोष कमी व्हायचा.

सारांशाने सांगायचे तर, १९६१ ते १९७७ हा विधानसभा काळ मामांसाठी महत्त्वाचा ठरला. त्यांच्या प्रामाणिकपणा, नम्रता आणि राजकारण्यांकडील विश्वासार्ह शिपाई अशी ख्याती यामुळे त्यांनी रोजंदारीपेक्षा अधिक प्रतिष्ठेचे स्थान मिळवले. घरातील अडचणी भेडसावत होत्या, पण पालिकेच्या कारवायांना रोखण्यासाठी काही मदत मिळणे, मुलांच्या शिक्षणासाठी थोडेफार पैसे राखता येणे, पत्नीला किराणा साठवण करण्याइतकी शाश्वस्तता वाटणे अशा गोष्टी त्यांच्या सामर्थ्यावर पडणारा एक सकारात्मक प्रकाश किरण ठरला. कामाच्या ठिकाणी – शिपाईपदावरच राहून – राजकीय व्यवहाराचे अंतरंग, प्रशासनाचे विचार, धोरणी लोकांचे विविध स्वभाव, कल्याणकारी योजना कशा आखल्या जातात आणि कशा वेळोवेळी बदलतात, हे त्यांनी जवळून बघितले. हाच अनुभव पुढच्या काळात कदाचित त्यांच्यातील एक वेगळा विजय प्रवास घडवत जाईल.

विधानसभेत अनेक प्रथितयश मंडळींशी मामांची जवळीक, स्थानिक सवालांना थेट राजकीय अधिकारी व अधिकाऱ्यांपर्यंत नेणे, आमदारांना ते देत असलेली साहाय्यभूत कामे आणि हे सगळे करताना कुटुंबाच्या आर्थिक उन्नतीबाबत असलेली तगमग – या गोष्टींमुळे त्यांनी स्वतःला अंतर्बाह्य मजबूत केले. जसे लहान झाड रखरखीत उन्हातही आपली मुळे खोलवर जाण्यासाठी प्रयत्न करते, तसे त्यांच्या आत्मविश्वासाच्या मुळांचाही विस्तार झाला. एककाळी चौथीपर्यंत शिक्षण असलेला, रस्त्यावर शूज पॉलिश करणारा माणूस आता आदराने हाकारणारा सरकारी सेवक बनला होता. हाच एका स्वप्नाचा खरा पाया होता. पण पुढे हे बीज कुठल्या भूमीत रुजेल, कोणती फळे देईल, याची त्यांना त्या क्षणी कल्पना नसली तरी तेवढ्यासाठीही मामांनी जे कष्ट सोसले, ते वृक्षरूप घेत होते.

या सतरा वर्षांच्या कालावधीनंतर, १९७७ च्या सुमारास, मामांनी विधानसभेतील कारकीर्द सोडली, तरी त्या काळातले अमूल्य अनुभव, चांगले संबंध आणि स्वतःच्या कुटुंबासाठी उभे केलेले समर्थ चित्रण ते पुढेही जपणार होते. त्यांच्या दृष्टिकोनाने हा काळ तुटपुंज्या उत्पन्नातून सावरत, घरविषयक आपत्ती रोखत, राजकीय व्यवहार समजून घेत आणि दिवसभर धावपळ करत काढलेला जीवनाचा तुकडाच होता. तरीही या तुकड्यात त्यांना स्वतःला सांभाळता येण्याइतकी क्षमता देणारी प्रेरणा मिळाली. शासनाच्या प्रणालीत शिपाई म्हणून ते एक नम्र दुवा झाले, आणि या प्रवासात त्यांनी सामर्थ्य, संयम, माणुसकी, व्यावहारिकता अशा अनेक पैलू दृढ केले. पुढे आयुष्याच्या यात्रेत ही शिदोरी निश्चितच त्यांच्या कामी येणार होती.

10

वाढती राजकीय जागरूकता

सीताराम "मामा" घनदाट यांच्यासाठी राजकारण हे एकेकाळी दूरचे क्षेत्र वाटायचे. त्यांना वाटायचे की, वंशपरंपरेने सत्ता मिळणाऱ्या किंवा पक्के शिक्षण घेतलेल्या लोकांकडेच राजकीय क्षमतांचे प्रवेशद्वार असते. परंतु महाराष्ट्र विधानसभेत शिपाई म्हणून काम करताना त्यांना शासनाच्या अंतरंगाचे वास्तव दिसू लागले. या वातावरणाने त्यांच्यात एक सूक्ष्म बदल घडवून आणला. मोठ्या पदावरील नेत्यांशी संपर्क आला, राजकीय कारभार कसा चालतो याची चाहूल लागली आणि त्यांच्या मनात "आपणही काही करू शकतो" असा धीट विचार रुजू लागला. साधी शिपाईगिरी करतानाही मंत्री, आमदार, प्रशासकीय अधिकाऱ्यांशी येणारा रोजचा संबंध त्यांना सत्ता आणि लोकप्रतिनिधी यांच्यातील नातेसंबंध समजून घेण्यास मदत करत होता. ही नव्या विचारांची पेरणी केवळ कार्यालयीन वातावरणातच घडत नव्हती; पुढील काही वर्ष ते राष्ट्रीय स्वयंसेवक संघाच्या शाखेशीही जोडले गेले आणि त्यातून मिळालेल्या वैचारिक पोषणानेही त्यांच्या मनात गोष्टी अधिक स्पष्ट होत गेल्या.

विधानसभेत शिपाई म्हणून अल्पशिक्षित वा सर्वसामान्य पार्श्वभूमीच्या माणसाला आपली ओळख कामाच्या गुणवत्तेतूनच निर्माण करावी लागते. मामांनीही याच पद्धतीने विश्वासार्हता मिळवली. ते नेहमी सगळ्यांशी आदबीने वागत, संदेश वेळेत पोहोचवत, कधी कोणी लेखक वा समाजसेवक आला तर त्यांची चर्चा ऐकायला उत्सुक असत. या निमित्ताने ते विविध राजकीय विचारधारा, कार्यशैली आणि लोकांना प्रभावित करणाऱ्या नेत्यांना बघत होते. अशातच त्यांचे

ध्यान राजकारण म्हणजे केवळ संपत्ती, पद किंवा सत्तेचा दबदबा नसून, लोकांच्या अडचणी सोडवण्यासाठी एक सक्रिय व्यासपीठ आहे, या गोष्टीकडे वेधले गेले.

एकीकडे विधानसभेत राजकीय मोठी माणसे आणि त्यांच्या कामातील संयोजन बघायचे, तर दुसरीकडे राष्ट्रीय स्वयंसेवक संघाच्या शाखेत कुणा मित्राच्या आग्रहाने जाऊन ते शिस्तबद्ध व्यायाम आणि देशभक्तीचे गीत ऐकायचे. सुरुवातीला नुसतेच बघ्याच्या भूमिकेत शिरल्यासारखे वाटले, पण हळूहळू त्यांना हा अनुभव भावू लागला. शाखेत सतत सामाजिक जवळीक, ऐक्यभावना, नैतिक मूल्यांवर चर्चा होत असे. तेव्हा नियमित येणाऱ्या लोकांच्या जीवनकहाण्या ऐकून मामांना जाणवत असे की, साधे व्यक्तीही एकत्र येऊन मोठे बदल घडवू शकतात. झोपडपट्टीत एखाद्या पाण्याच्या नळाची अडचण असो, किंवा एखाद्या भागात कचरा व्यवस्थापनाचा प्रश्न असो, अशा गोष्टी संघाच्या गटांमध्ये बोलल्या जात, आणि सामूहिक पातळीवर प्रयत्न केले जात. मामा तर स्वतः हे प्रश्न जवळून पाहतच होते. त्यामुळे या विचारांना त्यांच्याही मनात पाठिंबा मिळत गेला.

शाखेत व्यायाम, प्रार्थना, सामूहिक गीत आणि लहान-मोठ्या चर्चा व्हायच्या. कधी स्वातंत्र्यलढ्यातील कथा सांगितल्या जात, तर कधी शेतकऱ्यांच्या प्रश्नांची उदाहरणे दिली जात. काही जणांना ही विचारधारा आक्रमक वाटे, पण मामांना यातला उपदेश, संघटित प्रयत्नांनी समाजाला आकार देण्याचा प्रयत्न, अशा गोष्टींबाबतची धडपड भावली. ते राजकीय पक्षातील अंतर्गत डावपेचांपेक्षा लोकांपर्यंत थेट पोहोचण्याच्या प्रक्रियेला अधिक महत्त्व देत. विधानसभेत पाहिलेली सत्ता आता फक्त कुर्च्या किंवा धोरण न राहता, लोकांच्या मतांनी वा संघटित मोहिमांनी ठोस परिणाम साधता येतो, हे त्यांच्या लक्षात आले.

या काळात विधानसभेत अनेक नामवंत नेते, समाजसुधारक आणि लेखक यांच्याशी मामांचा थेट किंवा अप्रत्यक्ष संपर्क झाला. काही नेते प्रभावी वक्तृत्वाने लोकमत ढवळून काढत, जोशी कामगार हक्कांसाठी आवाज उठवत, अत्रेंसारखे पत्रकार बोचरी टीका करून समाजाला जागे करत, तर माडगूळकरांसारखे कवी लोकभावना शब्दातून सजीव करत. मामा हे सर्व अगदी जवळून पाहायचे. शिपाई पदावर असले तरी, ते फायली, चिठ्ठ्या, गुप्त नोटा पोहोचवताना भाषणांचे अंश ऐकत आणि विविध समित्यांच्या बैठकीतले तुकडे टिपत असत. त्यांना जाणवायचे की, भाषा, विचार, संवेदना आणि मोर्चे—या सगळ्यांतून बलवान चळवळी उभ्या राहू शकतात.

त्याचवेळी मामा चिंतन करत की, एक आनंदी देश किंवा राज्य घडवण्यासाठी कोणत्या किंमतीत वैचारिक मतभेद, पक्षीय संधीसाधूपणा वा स्वार्थाचे राजकारण केले जाते, हे ते पडद्यामागेही पाहत होते. सत्तेच्या देवघेवी, पक्षांतर्गत कुरघोड्या, वरकरणी मैत्रीची आव आणणारे, पण आतून स्पर्धा करणारे नेते, अशा अनेक व्यक्तींना ते ओळखू लागले. राजकारणात विशिष्ट विचारसरणीबद्दल बऱ्याचदा भावनिक निष्ठा असली, तरीही यश टिकवण्यासाठी सौदेबाजीही गरजेची ठरते, हेही त्यांना दिसले. मग त्यांना प्रश्न पडायचा की, जर राजकारण लोकांचे भले करण्यासाठी असेल, तर इतक्याशा कुरबुरींचा अतिरेक कशासाठी? याचे उत्तर त्यांना पूर्णपणे मिळाले नाही, पण "समस्यांच्या मुळात जाता यावे, तसेच लोकांच्या फायद्यासाठी आपले मत प्रबळ करायचे असेल, तर पुढाकार घ्यावा लागतो," या विचाराने ते अधिक दृढ होत गेले.

राष्ट्रीय स्वयंसेवक संघाच्या शाखेमुळे एखाद्या कार्यासाठी जिद्दीने राहण्याचा बौद्धिक पाया त्यांच्यात तयार झाला. इथल्या शिस्तीत, खेळात, प्रार्थनेतून राष्ट्राबद्दल आणि समाजाबद्दल निष्ठा बाळगण्याचे, नैतिकतेचा धागा घट्ट ठेवण्याचे धडे मिळाले. व्यक्तिगत महत्त्वाकांक्षा असली तरी ती लोकहितातून पुढे न्यायची, ही शिकवण मामांना विशेष पटली. विधानसभेत तर ते रोजच "राजकारण म्हणजे खोटी आश्वासने किंवा प्रसिद्धी" असेही काही नेते करताना पाहत असत. तेव्हा त्यांनी मनोमन ठरवले की, "मला जर काही करायचे असेल, तर ते स्वार्थासाठी नाही, तर समाजाच्या गरजांसाठी हवे."

आणखी एक गोष्ट म्हणजे, या दोन्ही ठिकाणी (विधानसभा आणि शाखा) मिळणाऱ्या ओळखी यामुळे त्यांची सामाजिक जाळी अधिक रुंदावली. शहरी व ग्रामीण भागातल्या उपेक्षित लोकांबरोबरची त्यांची नाळ जास्त दृढ होत गेली. कोणाला सरकारी कागदपत्रे हवी असतात, कोणाच्या झोपडीवर अतिक्रमणाचा धोका असतो, कुणाला आर्थिक मदत हवी असते, अशा समस्या मामांसमोर मांडल्या जात. ते शक्य असेल तेव्हा एखादा छोटासा संदेश योग्य नेत्यांपर्यंत पोहोचवण्याचा प्रयत्न करत, योग्य व्यासपीठ गाठून देण्याचा प्रयत्न करत. याद्वारे त्यांनी कुठे तरी "भेटवस्तू" किंवा प्रसिद्धी मिळवण्याचा प्रयत्न केला नाही, तर ते लोकांच्या अडचणींसाठी माध्यम होऊ लागले.

या सगळ्यामुळे मामांच्या मनात एक चिंतन प्रवाही होत गेले. चौथीपर्यंतचं शिक्षण आणि मोचीचे काम हे एकेकाळी त्यांच्या मूल्यांकनाचे एकच मापक होते, पण आता त्यांना त्यांच्या गरिबीपेक्षा जास्त मोठे स्वप्न दिसू लागले. प्रत्यक्ष धोरणकर्त्यांबरोबर जेवणानंतर गप्पा ऐकल्यासारखे शेकडो प्रसंग, शाखेच्या सभा

आणि समाजातील कामातून आलेला अनुभव – या साऱ्या गोष्टींनी हा विचार पोसला की, "आपल्यासारखी साधी माणसेही कार्यकर्ता, प्रामाणिक राजकारणी किंवा सामाजिक पुढाकार घेणारे नेते बनू शकतात." कालांतराने "नेते" हा शब्द फक्त सत्तेच्या वलयासाठी नसून लोकांच्या सेवेसाठी आहे, हे त्यांचे मत झाल्याने "मीही राजकारणात पाऊल ठेवू का" असा प्रश्न ते मनाशी विचारू लागले.

अशा परिस्थितीत त्यांच्या मनात राजकारणात प्रत्यक्ष उतरण्याची कल्पना हळूहळू आकार घेऊ लागली. ती कल्पना अजून धूसर होती, कारण आर्थिक असुरक्षा, जातिव्यवस्थेचे बंधन, कमी शिक्षण आणि पक्षांतर्गत राजकारण — या सगळ्यात एक सामान्य माणूस निवडणूक लढवण्याचा विचार तरी कसा करू शकेल? तरीही, सत्तेच्या क्षेत्रात अपयशी होण्यापेक्षा, मामांनी ठरवलं की, आपली सेवा लोकांसाठी आणि स्थानिक प्रश्नांसाठी वैयक्तिक पातळीवर सुरू ठेवली तरी काहीतरी चांगलं घडू शकेल. हा विचार करून त्यांनी धैर्याने पुढे पाहण्याचा निर्णय घेतला. विधानसभेतल्या आवाजांत आणि शाखेमधल्या बोधांतून त्यांना हे मंत्र मिळाले होते – प्रयत्न सोडायचे नाहीत, नुसते दुसऱ्याच्या हातात भाग्य देऊन थांबायचे नाही. आव्हाने धडकी भरवणारी असली तरी "एक पाऊल उचलावे," हा छोटा संकल्प त्यांनी मनाशी बाळगला.

शहराच्या बाहेरील त्यांच्या झोपडवजा घरात संध्याकाळी दिवसाची माहिती पत्नीसोबत बोलताना, कधी शाखेत कोणी दिवसभराच्या चर्चेचा उल्लेख केला की, मामा आतून चेतायचे. "सर्व गोष्टी जवळून कळतात, पण आपली भूमिका मर्यादित आहे," हा सल त्यांना अस्वस्थ करायचा. रात्री ते जबाबदारीने विश्रांती घेत असले तरी सकाळी जाग येताच विचार येई, "आज कोणत्या समस्येला हात घालायचा?" फक्त फाईल ने-आण करण्यापेक्षा कोणाचा प्रश्न सुटू शकेल, कोणासाठी चिठ्ठी लिहून एखाद्या पुढाऱ्यांपर्यंत पोहोचवायची, यासाठी ते सतत प्रयत्नशील असत. अल्प शिक्षण, साधी नोकरी, आर्थिक शाश्वती नसली तरी लोकांतील जिद्द आणि कर्तृत्वाला साथ देण्याची तयारी हीच त्यांची खरी ओळख बनली होती.

मामांच्या राजकीय जागरूकतेची ही सुरुवातीची चाहूल होती. त्यांनी निवडणूक लढवायची की नाही, हा निर्णय ठरवला नव्हता. पण सभा, सहभाग, आणि लोकांशी चर्चा यांमधून त्यांची जिद्द हळूहळू वाढत होती. विधानसभेतील मूक निरीक्षण आणि राष्ट्रीय स्वयंसेवक संघाच्या शाखेतले सकारात्मक संस्कार या दोन्हींच्या प्रभावाने त्यांच्या मनात "मीही लोकांसाठी मोठे पाऊल उचलू शकतो," असा विचार दृढ होत गेला. ते बहुसंख्य लोकांचे दुःख ओळखू शकत

होते, कारण त्यांनी स्वतः बसस्टॉपवरून सुरू केलेला प्रवास, अतिक्रमणाच्या भीतीत जगणारी झोपडी आणि आर्थिक अडचणी यांतून वास्तवाचे कठोर दर्शन घेतले होते. आता तरी लोकहितासाठी प्रयत्न करणे शक्य होईल, अशी नवी उमेद त्यांच्या मनात निर्माण झाली. पुढे ते प्रत्यक्ष राजकीय सहभागाकडे कसे वळले, हे मात्र नंतर घडणाऱ्या घटनांनीच ठरवले.

11

सक्रिय राजकारणात प्रवेश

सीताराम "मामा" घनदाट यांची राजकीय जाणिव महाराष्ट्र विधानसभेत शिपाई म्हणून केलेल्या कामामुळे आणि राष्ट्रीय स्वयंसेवक संघाच्या शाखांतील उपस्थितीमुळे हळूहळू प्रगल्भ होत गेली. आमदारांच्या दैनंदिन व्यवहारांपासून ते शाखेत मिळणाऱ्या सांस्कृतिक धड्यांपर्यंत अनेक गोष्टींनी त्यांच्या मनात लोकसेवेची बीजे रोवली, तरीही ते थेट राजकारणात उतरले नव्हते. बदलाची ठिणगी तेव्हा पडली जेव्हा जनसंघाच्या (आणि पुढे भारतीय जनता पक्षाच्या) नेतृत्वातून काम करणाऱ्या वामनराव परब यांची त्यांच्याशी ओळख झाली. मामांची तळागाळातील पार्श्वभूमी, समाजातील अडचणी ओळखण्याची क्षमता आणि लोकांशी जोडू शकणारे साधे स्वभावाचे कौशल्य पाहून परब यांनी त्यांना जनसंघाच्या कार्यात सामील होण्यास प्रोत्साहन दिले. मामांनी थोडा संकोचाने का होईना, या संघटित राजकीय प्रवाहात पाऊल टाकले.

सुरुवातीला मामा पोस्टर लावणे, बैठकांचे नियोजन करणे आणि सभासद नोंदणी यांसारख्या कामात मदत करू लागले. हे पहिले पाऊल साधेसुधे होते, पण महत्त्वाचेही होते; कारण तळागाळातील राजकारणात अशा छोट्या प्रयत्नांतूनच जनआधार निर्माण होतो. आपल्या जगण्याचा आगा-पिछा सांभाळतानाच मामा रात्री उशिरापर्यंत शहरभर भिंतींवर पक्षाची घोषणा असलेली पोस्टर्स चिकटवत असत. कधी कार्यकर्त्यांच्या बैठकींमध्ये सहभागी होत, तर कधी पोस्टर्स लावण्यासाठी प्रयत्नशील असत. कट-पेस्टचा खर्च परवडत नसे, त्यामुळे उकडलेले पाणी, पीठ आणि कुस्करलेली केळी यांचे मिश्रण बनवून तेच गोंद

म्हणून वापरावे लागे. या घरगुती पद्धतींनी पोस्टर्स लावताना त्यांच्या हातापायांना सतत चिकटपणा असायचा, कपडे खराब व्हायचे, पण या कष्टातूनच ते पक्षाचे नाव लोकांच्या दृष्टीसमोर आणत असत.

जनसंघामध्ये दाखल झाल्यानंतर मामा बैठकींमध्ये उत्साहाने भाग घेऊ लागले. तिथे पोस्टर कुठे लावायची, सभासद कसे वाढवायचे, स्थानिक समस्या कोणत्या आहेत, यावर चर्चा होत असे. रात्रीच्या गप्पांमध्ये झोपडपट्टीतील लोकांच्या दैनंदिन अडचणी आणि त्यांच्या भावना काय आहेत, याचाही आढावा घेतला जात असे. मामा स्वतः झोपडपट्टी परिसरातून आले असल्यामुळे त्यांना त्या समस्यांचा प्रत्यक्ष अनुभव होता. त्यामुळे भाजपच्या विचारसरणीत जशी सांस्कृतिक ऐक्याची भाषा होती, तशीच सामान्य लोकांच्या समस्या सोडवण्याची जिद्दही त्यांच्यात दिसत होती. मामांनी दिवसभर आपली नोकरी सांभाळायची आणि नंतर पक्षाच्या कामात झोकून द्यायचे. या धावपळीत त्यांना बायको आणि मुलांचेही सहकार्य मिळत होते. मुलं फाटक्या पिशव्या आणून चिकटवायला मदत करायची, तर पत्नी उशिरा घरी येणाऱ्या नवऱ्यासाठी थोडंफार जेवण तयार ठेवत असे.

जनसंघाचे रूपांतर पुढे भारतीय जनता पक्षात झाले तेव्हा सर्वत्र एक नवा उत्साह संचारला. लालकृष्ण अडवाणी आणि इतर नेत्यांच्या मार्गदर्शनाखाली भाजपाची नवीन सुरुवात झाली. या बदलात जुन्या-जाणत्या कार्यकर्त्यांसोबत नव्याही चेहऱ्यांनी स्थानिक पातळीवर कामाला लागले. मुंबईतील मोर्चे, सभा आणि तळागाळीवरील प्रचारातून पक्षाची जडणघडण केली जात होती. मामा यांना परळसारख्या कामगारवर्गीय आणि झोपडवस्त्यांनी भरलेल्या परिसरात छोटेसे कार्यालय उभारण्याची जबाबदारी मिळाली. ते छोटेसे कार्यालय म्हणजे खूप साधी खोली – तुटलेला फलक, थोडी धूळ, अल्प स्वरुपाची साधने. पण यातून भाजपा नावाच्या नव्या पक्षाच्या प्रतिमेला स्थानिकांपर्यंत न्यायचे काम हे केंद्र करणार होते.

मामांनी या कार्यालयात लोकांचा वावर वाढवण्यासाठी अनेक छोट्या उपक्रमांची आखणी केली. अगदी मोफत आरोग्य शिबिरांपासून ते मुलांसाठी सांस्कृतिक कार्यक्रम, नागरी समस्या समजावून घेण्यासाठी लहान बैठका आणि तक्रारी नोंदवण्याची सोय – अशा प्रकारे कटलेला खर्च असूनही काहीतरी विधायक करता आले, तर लोकांचा पक्षावर विश्वास बसेल, ही त्यांची धारणा होती. तिथे मामा रोज अनेक तक्रारी, अडचणी ऐकून घेत, पालिकेकडे जाण्यापूर्वी कागदपत्रांची पूर्तता करायची मदत करायचे. ज्यांना वैयक्तिक शिफारशीची गरज

असेल त्या लोकांच्या सोबत जाऊनही बोलायचे. याद्वारे पक्षाची प्रतिमा दूरची किंवा केवळ सत्तेसाठी भुकेली अशी न राहता, स्थानिकांसाठी आपलीशी वाटेल, असा विचार मामा घडवत होते. या संपर्कातून अनेकांनी पक्षाचे सभासदपत्र भरले, छोटे-छोटे शुल्क दिले. मामा आणि कार्यकर्त्यांनी त्याबदल्यात लोकांच्या समस्या सोडवण्यासाठी छोटे-मोठे प्रयत्न सुरु ठेवले.

मामांच्या वाढत्या कार्यकर्तृत्वाने पक्षातील नेत्यांचेही त्यांच्या कामाकडे लक्ष गेले. शहरपातळीवरील बैठकीत इतरांना मदत करण्याची, लोकांशी थेट संवाद साधण्याची, आणि नवोदित कार्यकर्त्यांना सोबत घेऊन जाणारी त्यांची वृत्ती दिसू लागली. स्थानिक कार्यकर्त्यांना जाणवत होते की मामा गरिबीतून वर आलेले, तुटपुंज्या शैक्षणिक पार्श्वभूमीचे असले तरी लोकांशी थेट बोलू शकतात, लोकांकडून विश्वास मिळवू शकतात. राजकीय कार्यात वाद, गोंधळ, आरोप-प्रत्यारोप यांत अडकण्यापेक्षा मामा "कसे कामाला हातभार लावता येईल?" याच विचारात असायचे. पोस्टर्स चिकटवणे असो, सभासद नोंदणी असो किंवा गट-चर्चा असो – सगळीकडे त्यांनी सातत्याने कार्यक्षमतेचा ठसा उमटवला. त्यामुळे झोपडपट्टी आणि कामगार-महोल्यात भाजपाला एक आवाज मिळवून देण्यात मामांचे योगदान वाढत गेले.

चळवळीचा हा पदर अतिशय बारीकसारीक कामांतून सजला, तरी दलित, झोपडपट्टीवासीय, अल्पभूधारक कामगार अशा अनेक समूहांना या संघटित राजकीय चळवळीत वाट मिळू लागली. मामांनी गोळा केलेली माहिती, तक्रारी पुढच्या गट-चर्चेत मांडली जात. मग जो कोणी स्थानिक पदाधिकारी असेल, तो अधिकृत यंत्रणेपर्यंत हे मुद्दे पोहोचवायचा प्रयत्न करत असे. अशा रीतीने, पक्ष "बोधवाक्ये आणि विचारसरणी" पासून सामाजिक प्रश्नांपर्यंत जोडला जात होता. मामा एका धडपडीच्या टप्प्यात आले होते—रस्त्यावरचे आयुष्य त्यांनी पाहिले होते, मोचीवर्गात जगले होते, त्यामुळे आता कोणत्याही नवलाईशिवाय ते लोकांमध्ये सहजपणे फिरू शकत होते. लोकांना वाटायचे, "हा आपल्यातीलच एक आहे," आणि त्यामुळे ते भाजपच्या विचारांशी नकळत जोडले जायचे.

या दरम्यान मामांच्या मनात "कदाचित मी निवडणूक लढू शकतो" हा विचार अधूनमधून डोकावू लागला. आव्हाने प्रचंड होती. तरीही, त्यांनी जाणले की लोकांना रोजच्या समस्या भेडसावत असतात, आणि आपल्यासारख्या लोकाच्या आवाजाने काही तरी फरक पडू शकतो. अगदी काँग्रेस, समाजवादी पक्ष किंवा शिवसेना, अशा अनेक विचारधारा मुंबईत वावरत होत्या; त्यामुळे भाजपाची वाट सार्वत्रिक स्वीकार मिळवेल, हा प्रश्न होताच. पण मामा म्हणायचे की, "माझ्या

प्रयत्नांनी दहाजणांपैकी दोघे-तिघे जरी ऐकू लागले, तरी कार्य झालेच." म्हणूनच ते तळागाळातले संपर्क जपण्यावर भर देत राहिले.

जनसंघातून पुढे भारतीय जनता पक्षात झालेल्या या बदलात, मामांनी सर्जनशील जिद्दीने काम सुरू ठेवले. लहान जागेत उभे केलेले कार्यालय आता सामुदायिक केंद्र बनले होते, जिथे झोपडवस्त्यांतील लोक काही कागदपत्र, राशन, धोरणात्मक मदत यासाठी भेटत असत. सार्वजनिक समस्यांसाठी विनंती अर्ज तयार करण्यात मदत, स्वस्त दरात आरोग्य शिबिरे, स्थानिक भागात कधीकधी लहान मेळावे–हे सारे पाऊल पुढे घालण्यास मामा नेहमीच उत्सुक असत. त्यांच्या व्यक्तिमत्त्वातील नम्रपणा, कधीही तक्रार न करण्याची वृत्ती, आणि आधी विचारपूर्वक पाहणी करून मग योग्य मार्ग निवडण्याचा शहाणपणा — यामुळे आसपासचे कार्यकर्ते हळूहळू त्यांच्या भोवती एकत्र येऊ लागले. राजकीय सत्तेत थेट वावर नसला तरी, कार्यकर्त्यांचा हा गोतावळा पाहून पक्षाच्या उच्चस्तरीय नेत्यांनाही मामा उपयुक्त आहेत, याची जाणीव होऊ लागली.

या वर्षात मामा जरी आमदार वा नगरसेवक झाले नसले, तरी राजकारणात खुलेपणाने स्वतःचे पाय घट्ट रोवण्याची सुरुवात झाली होती. भिंतींवर लावलेल्या एकेका पोस्टरपासून स्थानिक बसस्थानकाबाहेर लावलेल्या छोट्या बॅनरपर्यंत मामा दिसत असत. छोट्या गोष्टी मोठे परिवर्तन घडवू शकतात, हा विश्वास ते रोज अनुभवायचे. तिथूनच त्यांच्या सार्वजनिक प्रतिमेला स्वीकार मिळाला, ज्यामुळे दारिद्र्य आणि कमी शिक्षण असले तरी "तुम्ही राजकारणात काम करू शकता," हा आदर्श त्यांनी इतरांसाठीही जिवंत ठेवला. जेव्हा मुंबईत सर्वच पक्ष लोकांचा पाठिंबा मिळवण्यासाठी झगडत होते, तेव्हा भाजपबाबतही काहीशा शंकाविश्वात असलेल्या मतदारांना मामांसारख्या तळागाळातल्या कार्यकर्त्यांनी पक्षाच्या सेवा-वृत्तीत सामावून घेतले.

मामांच्या राजकीय प्रवासात हा टप्पा अतिशय महत्त्वाचा ठरला. एकीकडे जुने अनुभव आणि विधानसभेत मिळालेले धडे, दुसरीकडे नव्याने पक्षातील जबाबदाऱ्या – अशा दुहेरी प्रवासातून ते जिद्दीने वाटचाल करीत राहिले. जिथे बहुतेक लोकांना अगदी भव्य राजकीय प्रवेश किंवा उच्च शिक्षण नसते, तिथे छोटी गोष्टदेखील महत्त्वाची ठरते, हे त्यांनी चरितार्थाने स्वतः सिद्ध केले. पोस्टर्स लावण्यासारखी साधी कामेसुद्धा राजकीय संघटनेच्या कणाचाच भाग बनू शकतात आणि लोकाभिमुख वृत्ती असलेल्या साध्या कार्यकर्त्यालाही समाजाचा विश्वास मिळवण्याची दारे उघडू शकतात, हेच या काळाने दाखवून दिले. पुढे मामा निवडणुकीच्या राजकारणात प्रवेश करतील की नाही, हे भवितव्य ठरवेल. मात्र,

त्या दिशेने जाण्यासाठी त्यांनी अनेक मुलभूत धडे आणि संपर्क जिद्दीने जमवून ठेवले होते.

12

पहिली राजकीय स्पर्धा - १९७७-७८

सत्तरच्या दशकाच्या उत्तरार्धात सीताराम "मामा" घनदाट यांनी अनेक वर्ष स्थानिक राजकीय सहभाग आणि सामान्य रोजंदारी यांचा समतोल साधत आपले आयुष्य पुढे नेले. महाराष्ट्र विधानसभेत शिपाई म्हणून काम करताना त्यांनी शांतपणे प्रशासन, राजकीय व्यवहार आणि माणसांशी जोडणाऱ्या नातेसंबंधांची मूलतत्त्वे शिकली. जनसंघ, पुढे भारतीय जनता पक्षाशी असलेल्या संलग्नतेमुळे त्यांनी तळागाळात कार्यरत राहण्याची चांगली संधी मिळवली—पोस्टर्स लावणे, सभासद नोंदणी, लालबाग-परळ परिसरात एक लहानसे कार्यालय स्थापन करणे अशा कामांतून ते लोकांमध्ये मिसळले. तरीही त्यांनी कधीही निवडणूक लढवली नव्हती. १९७७-७८ च्या दरम्यान पक्षातील वरिष्ठांनी त्यांना महापालिका निवडणुकीत उमेदवारी घेण्याचा सल्ला दिला. निवडणूक लढवायची असेल, तर आपण सरकारी नोकरीचा राजीनामा द्यावा लागेल—हा निर्णय एका वेगळ्याच घटनेचा संकेत ठरणार होता, कारण त्या स्थिर पगारामध्ये इतर कुठलाच धोका नव्हता, तर राजकारणात पडले असता विजय-पराभवाची अनिश्चितता मोठी होती.

मामा वर्षानुवर्ष पक्षाचे सक्रिय कार्यकर्ते होते. दैनंदिन बैठकांमध्ये हजेरी लावणे, स्थानिक प्रश्न सोडवण्यात मध्यस्थी करणे, पोस्टर्स आणि प्रचार साहित्य वाटणे, सभासद नोंदणी या सगळ्या कामात त्यांची पारंगतता निर्माण झाली होती. विधानसभेत शिपाई म्हणून काम केल्याने त्यांनी प्रशासन आणि लोकप्रतिनिधींचे वातावरण जवळून पाहिले होते. ते तिथे अविरत मेहनत, प्रामाणिकपणा आणि

लोकांची अडचण समजून घेण्याची तयारी यामुळे प्रसिद्ध झाले. पक्षातील काही ज्येष्ठ नेत्यांना वाटू लागले की, त्यांच्या या गुणांचा निवडणुकीत फायदा होऊ शकेल. लालबाग-परळसारख्या परिसरात मामा गेले बरेच दिवस काम करत असल्याने तिथल्या कामगारवर्ग आणि चाळींच्या प्रश्नांशी ते समरस झाले होते. निवडणुकीत हाच भाग त्यांच्या मतदारसंघाचा केंद्रबिंदू ठरू शकतो, असेही नेते अनुमान काढत होते.

मात्र, सरकारी नोकरीचा राजीनामा देण्याचा प्रश्न अत्यंत गुंतागुंतीचा होता. मामा जवळपास दोन दशकांपासून शासनव्यवस्थेत एक छोटेखानी पण स्थिर काम करीत होते. महिन्याकाठी मिळणारा पगार त्यांच्यासाठी आणि त्यांच्या कुटुंबासाठी महत्त्वाचा होता. त्यांचे शिक्षण कमी असल्याने दुसरी नोकरी कदाचित मिळणे कठीण जाईल. निवडणूक लढणे म्हणजे पूर्णवेळ प्रचार, वेळोवेळी लोकांशी भेटी, मतदारांशी सतत संपर्क, रॅली आणि सभा अशा गोष्टी अनिवार्य असतात. या सगळ्याचा ताण व सांभाळ करत असताना सरकारी नोकरी राखणे जवळजवळ अशक्यच. त्यामुळे निवडणूक झाल्यावर जिंकलो तर ठीक; पण हरलो तर हातचे गेलेले काम, वाया गेलेल्या महिन्यांची अफरातफर—हा एक धोकादायक टप्पा होता. याच चिंतेत मामा बरेच दिवस कोंडले गेले.

पण या राजकीय वाटचालीने तळागाळातील लोकांच्या प्रश्नांना अधिक थेट वाचा फोडता येईल, या विचाराने तेही भारावले होते. घरे पाडण्याची सततची भीती, पाणीपुरवठ्यातील अडचणी, रोजंदारी कामगारांच्या समस्या—हे सगळे प्रश्न मामा स्वतः अनुभवून आले होते. ग्रामसंवादात आणि पार्टींच्या व्यासपीठावर त्यांना जाणवत होते की, स्थानिक प्रतिनिधी म्हणून निवडून आलेल्याला या समस्या सोडवण्यासाठी अधिकृत सत्ता आणि माध्यम उपलब्ध असतात. कुटुंबाशी चर्चा करून त्यांनी अखेर सरकारी नोकरीचा त्याग करण्याचा अवघड पण धाडसी निर्णय घेतला. पत्नीनेही त्यांना पाठिंबा दिला.

राजीनाम्याचा क्षण मामांसाठी अत्यंत भावनिक होता. विधानसभेत त्यांनी मोठा काळ घालवला होता. सहकाऱ्यांबरोबरचे संबंध, शिपाईपदाची ओळख आणि महिन्याचा पगार—या सगळ्यावर पाणी सोडून ते बाहेर पडले. ज्येष्ठ अधिकाऱ्यांपैकी काहींनी, "तुम्ही राजकीय क्षेत्रात चांगली कामगिरी कराल," असे सांगितले तर काहींनी, "अशी जोखीम घेण्यापेक्षा किमान पेपर वगैरे पूर्ण करा, आपण बदलून घेऊ," असा सावध सल्ला दिला. मामा मात्र अंतर्मुख होऊन शेवटचा पगार घेऊन बाहेर पडले आणि एका अनिश्चित प्रवासाला सुरुवात केली. या निर्णयामुळे दारिद्र्य किंवा पराभवाविना दुसरा पर्याय उरला नसल्याची जाणीव

त्यांच्या मनात ठामपणे होती.

मामांनी मग आपली समर्पित ऊर्मी निवडणूक प्रचाराकडे वळवली. लालबाग आणि परळ यांचा परिसर गिरणी कामगार, दाटीवाटीच्या चाळी, झोपडवस्त्या यांनी भरलेला होता. तिथल्या लोकांना रोज प्रश्न: पाणी कुठून आणायचे, सुरक्षित घरासाठी काय करायचे, दवाखाने कसे परवडणार, मुलांच्या शिक्षणाला मदत कशी करायची. मामा या प्रश्नांशी अगदी आमने-सामने आले होते; पूर्वी झोपडपट्टी वाचवताना त्यांनी अनेकांना मदत केली होती. त्यामुळे प्रचारासाठी ते दिवस रात्र हिंडू लागले. एका गल्लीत गटाने बोलावून समस्यांचा पाढा वाचला की मामा त्यातून काय उपाययोजना शक्य आहेत, ते समजावून सांगायचे. कोणाला तरी सरकारी प्रपत्रो मार्गदर्शन हवे असल्यास, ते लगेच मदत करत. "मी फक्त पक्षात सामील झालो म्हणून येतोय असे नाही, मी तुमच्या समस्या जगलोय," हा संदेश ते सातत्याने देत.

धार्मिक किंवा जातीय ओळखींपेक्षा त्यांचा भर नेहमी स्थानिक समस्या, नागरी प्रश्न आणि गरिबीचे सावट या मुद्द्यांवर असायचा. त्यांच्या छोट्या प्रचार गटाने सुटसुटीत घोषणा ठरवली: "सुरक्षित घरे, स्वच्छ पाणी, प्रामाणिक नेते," असा काहीसा मांडणीवजा मुद्दा लोकांसमोर ठेवला गेला. गल्लीत लावलेल्या पोस्टर्सवर मातकट रस्त्यावर उभे असलेले मामांचे छोटे छायाचित्र असायचे, त्याखाली पक्षाचे चिन्ह आणि त्याच्यासोबत तीच घोषणा लिहिलेली असायची. खाणाखुणा नव्या उमेदवाराच्या सिद्धतेच्या: चांगले कोट-पँट नव्हे, तर साधी शर्ट-पँट आणि कधी कधी हातात छत्री वा पिशवी—लोकांना जास्त जवळची वाटत असे. आपल्या चेहऱ्यासोबत जाहिरात लावणे ही मामांसाठी नवीन आणि अनोळखी गोष्ट वाटायची. तरीही, पक्षाच्या सांगण्यावरून आणि प्रसाराची गरज ओळखून त्यांनी स्वीकारले.

कडवी स्पर्धा होती. इतर पक्षांसह प्रस्थापित नेत्यांकडे भरपूर अर्थसहाय्य, व्यवस्थित प्रचारयंत्रणा आणि मतदारांपर्यंत पोहोचण्याची निपुण पद्धत होती. मामांची मोहीम मात्र अल्प खर्च आणि कार्यकर्त्यांच्या जिवापाड मेहनतीवर अवलंबून होती. पहाटे उठून ते प्रचारासाठी बाहेर पडायचे. बसस्टॉप, बाजारपेठा, शाळा आणि धार्मिक स्थळांभोवती "खास बोळेत" जाऊन लोकांशी बोलायचे. काही लोकांच्या मनात एकदम विश्वासदेखील असे, "मामा आम्हाला जबाबदार वाटतो." काही जण प्रश्न विचारायचे, "तुम्ही जिंकल्यावर बाकी नेत्यांसारखे नाहीसत्त्व होणार नाही ना?" त्यावर मामा ठामपणे उत्तर द्यायचे, "मी प्रत्येकात मिसळून राहणार. मी तुमच्यासारखेच सर्वसामान्य आयुष्य जगतो, ते कधीच

मोडू शकत नाही."

प्रचारकाळातला एक मोठा आव्हानात्मक प्रसंग म्हणजे जाहीर सभा. पक्षाने लाल मैदानावर मोठी रॅली आयोजित केली होती, जिथे सगळ्या उमेदवारांनी भाषण करायचे होते. मामा आधी कधीही हजारो लोकांसमोर बोलले नव्हते. मैदानातल्या मागच्या बाजूस उभं राहून ते अनुभवी नेते, चांगले वक्ते, घेऱ्या आवाजात धडाडीने बोलणारी मंडळी पाहून जास्तच घाबरले. जेव्हा कार्यक्रमानुसार त्यांचे नाव पुकारले गेले, तेव्हा ते मायक्रोफोनपाशी आले खरे, पण संवाद कसा सुरु करायचा हा प्रश्न भेडसावू लागला. "ओळख देणे आणि मतदारांना विनंती करणे," इतपत संकल्प केला असला तरी लोकांच्या नजरा आणि उघडे आकाश बघून शब्दच सुचत नव्हते. काही शब्द बोलले, थोडीफार आश्वासने दिली, पण कानातून रक्त उसळल्यासारखी भावना झाली. मध्येच ते थांबले. एक-दोन वेळा बोलायचा प्रयत्न केला, पण शेवटी स्टेजवरून खाली उतरले. हा प्रसंग काहींनी माफकपणे घेतला, "पहिल्यांदाच बरीच लोकं होती," असे बोलून सोडले. पण काहींना वाटले, "हा तर अनुभवहीन उमेदवार आहे."

मामांसाठी हा प्रसंग मानसिक चटका देणारा झाला. त्यांनी ज्या जिद्दीने प्रचार केला होता, त्या सर्वाला या घटनेमुळे झाकोळणारा पडदा पडणार तर नाही ना, अशी त्यांची भीती. रात्री घरी जाऊन काही वरिष्ठ कार्यकर्त्यांनीही त्यांना धीर दिला: "सर्वजण एकदम उत्तम वक्ते नसतात. अगदी मोठमोठ्या नेत्यांनीही सुरुवातीला अडचणी अनुभवलेल्या आहेत." तरीही, त्यांचा आत्मविश्वास ढासळला. लोकांसमोर सन्मानाने आणि आत्मविश्वासाने भाषण करण्यासाठी अधिक तयारी आवश्यक आहे, हे त्यांना स्पष्टपणे जाणवले.

तरी, निवडणुकीचा प्रचार शेवटपर्यंत जोरकसपणे चालू राहिला. अनेक स्वयंसेवकांनी झोपडवस्त्यांत जाऊन घरोघरी जाऊन मामांचे पैलू लोकांना ऐकवले. कधी एखाद्याला पालिकेकडच्या कागदपत्रात त्यांची गरज असेल, तर मामा स्वतः जाऊन मदत करत. अशा रीतीने लोकांना रोजच्या जगण्यात सहाय्य करून ते "निवडणूक संपली तरी मी तुमच्या पाठीशी असेन," हा विश्वास देत होते. शेवटी निवडणुकीचा दिवस उजाडला, लोकांनी मत टाकली, आणि त्या संध्याकाळी मतमोजणी सुरु झाली. सरतेशेवटी निकाल आला, ज्यात मामांना पराभवाचा सामना करावा लागला. विजेत्या उमेदवाराने अनुभव आणि अर्थस्रोतांच्या आधारे मतांवर पकड मिळवली होती. मामा मोठ्या फरकाने हरले नसले, तरी ते विजयाच्या जवळसुद्धा पोहोचले नव्हते.

हा पराभव आर्थिकदृष्ट्या आणि भावनिकदृष्ट्याही धक्कादायक होता. सरकारी नोकरी गेली, राजकारणात अस्तित्व सिद्ध करणे अपेक्षेप्रमाणे जमले नाही. पत्नी आणि मुलांसाठीच्या आर्थिक स्थैर्याचा प्रश्न पुन्हा उभा राहिला. ज्यांनी त्यांना उमेदवारीसाठी प्रोत्साहन दिले होते, त्यांनी दिलगिरी व्यक्त केली किंवा "कदाचित पुढच्या वेळी जमेल," इतकेच बोलले. मामा मात्र दिवसरात्र विचार करू लागले की, "मी एवढ्या काळापासून मेहनत केली, घरावरचा भारही सोसला, तरी हरलो. आता मी काय करणार?" काही हितचिंतकांनी "आता निवडणुकीपासून दूर राहा," असा सल्ला दिला, तर काहींनी हुरूप न हरविण्याचे मार्गदर्शन केले. त्यांना "अनेक दिग्गजांनी अनेक वेळा पराभव पाहिले, मग शिकलो, जिंकलो," असेही उदाहरण सांगितले.

मामांनी पुढील काही आठवडे मनाचा प्रचंड संभ्रम अनुभवला. पक्षाच्या अंदरबाहेर विचारमंथन झाले. पुढे ते रोजगार कसा मिळवणार, राजकारणात राहायचे का, घराला आर्थिक मदत कशी मिळवायची, असे दडपण पेलावे लागले. मित्रांनी काही मार्ग सुचवले—एखादे भाड्याचे टॅक्सी चालवण्याचे काम, एखाद्या छोट्या व्यवसायात भाग घेणे, अशा पद्धतींनी संसाराचा गाडा हाकता येईल आणि पक्षातील कामही चालू ठेवता येईल. मामा विचार करत होते की, "मी लोकांच्या प्रश्नांसाठी लढायचे थांबवू नये, पण मला कुटुंबाला ही सोडता येणार नाही." अनेकांनी त्यांना सांगितले की, "स्वतःचा पराभव म्हणजे सर्वकाही नष्ट झाले असे नाही. लोकांसाठी केलेले काम विसरले जात नाही. पुन्हा प्रयत्न केले तर लोकांचा विश्वास वाढेल."

या पहिल्या निवडणुकीने त्यांना अनेक गोष्टी शिकवल्या. निवडणुकीत विजयी व्हायचे असेल तर भरपूर तयारी, भक्कम प्रचारयंत्रणा, मजबूत संघटन आणि आपले संदेश लोकांपर्यंत पोहोचवण्याची धडाडी लागते, हे त्यांना उमगले. ते ठामपणे म्हणू लागले, "आज मी अपयशी ठरलो, पण पुढच्या वेळी मी माझ्या भाषणावर, प्रचाराच्या युक्तीवर आणि सहकाऱ्यांना एकत्र ठेवण्याच्या नेतृत्वावर अधिक मेहनत घेईन." भाषणाच्या वेळी बावरून न जाण्यासाठी त्यांनी स्थानिक पातळीवरील चर्चासत्रांमध्ये बोलायचे ठरवले. लहानसहान मंचावरून, समूह चर्चेत, ग्रामसभांमध्ये स्वतः बोलायचा प्रयत्न सुरू केला. "सार्वजनिक शब्द सभेत बोलण्याचे धैर्य वाढवणे हेही एक आव्हान आहे," असे ते हसत हसत म्हणायचे.

पराभवानंतरही त्यांनी पक्षासाठी काम करणे सोडले नाही. सभासद नोंदणी, तक्रारींवर चर्चा, नगर प्रशासनावर दबाव टाकणे इत्यादी कामांत ते सहभागी होत राहिले. लालबाग-परळ भागात वावरताना लोकांना वाटायचे, "हा उमेदवार

हरला असला तरी आपला संवाद सोडत नाही," यामुळे त्यांच्या प्रतिमेला खरे तर चांगलीच आकार मिळत गेली. "जर पुढे मामा अजून एकदा निवडणूक लढले तर आपण त्याला मत देऊ," अशी भावना काही लोक उघडपणे बोलू लागले. तिकडे पक्षालाही कळाले की, "अगदी हार अनुभवूनही हा माणूस पळून गेलेला नाही." त्यामुळे वरिष्ठ नेत्यांनीही "पुढच्या वेळी तो नक्कीच कामी येईल," अशी अपेक्षा व्यक्त केली.

मामांसाठी ही जिद्दीची सुरुवातच म्हणावी लागेल. खास निवडणुकांबद्दल बोलायचे तर हा पहिला पराभव होताच, पण राजकारणात चांगली शक्यता पाहणाऱ्या मामांसाठी तो एक धडा होता. "कष्ट, सातत्य आणि थेट लोकांमध्ये असणारी नेटवर्क हीच आपली मूद्रा असेल," असे ते म्हणायचे. अनेक कार्यकर्तेही, ज्यांनी त्यांच्या प्रचारात राबत राबत प्रयत्न केले, त्यांनी म्हणले, "मामा, पुढच्या वेळी अडचणी कमी असतील. आपण सामना करू शकलो नाही, पण रणसंग्राम सोडावा कशाला?" यामुळे त्यांचा धीर वाढला. मग त्यांनी पुढच्या काही दिवसांत राजकीय क्षेत्रात नसलेले एखादे काम पत्करून घरचा खर्च भागवायचे ठरवले. निवडणुकांदरम्यान खर्च झाला होता, वाचलेला फारसा पैसा नव्हता.

हे सर्व करताना त्यांच्या मनात निश्चितपणे "आता हारलो," अशी खंत राहिली तरी "आपला प्रवास संपलेला नाही," हाही विचार टिकून होता. जेव्हा समाजातील अनेकांनी चिकाटीने कित्येकदा उभे राहून निवडणुका जिंकल्या, तेव्हा आपणही असा प्रयत्न करू, हे त्यांना स्फूर्ती द्यायचे. ते म्हणायचे, "ही पहिली स्पर्धा होती, 'विश्वासाची झेप' होती. हरलो, पण शिकलो." अवघड परिस्थिती असूनही हे आत्मपरीक्षण त्यांनी सकारात्मक रीत्या घेतले. पुढील काळात ज्या लोकांसाठी आपण झटत होतो, त्यांच्यासोबत बांधलेल्या विश्वासाच्या धाग्यावर ते अधिक पकड घेणार होते. त्यांच्या या जिद्दीमुळे, लोकरंजनातून पुढेही जनता त्यांचा पाठिंबा कधी सोडणार नव्हती. कदाचित हा अपयशाचा टप्पा त्यांच्यासाठी भविष्यातील यशाचा पाया ठरणार होता.

13

टॅक्सी ड्रायव्हर वर्षे आणि दृढ निर्धार

पालिकेची पहिली निवडणूक केवळ ५७ मतांनी हरल्यानंतर आणि सुरक्षित सरकारी नोकरी सोडल्यानंतर सीताराम "मामा" घनदाट काही काळ कठीण परिस्थितीत सापडले. महापालिकेच्या पराभवानंतरही लोकसेवेची त्यांची तळमळ कमी झाली नाही; उलट, भारतीय जनता पक्षाशी नाते कायम ठेवूनही कुटुंबाचा उदरनिर्वाह कसा करायचा हा प्रश्न त्यांच्यापुढे उभा राहिला. या प्रतिकूल घटनेनेच त्यांना टॅक्सी व्यवसायात जाण्याची प्रेरणा दिली. टॅक्सी ड्रायव्हर म्हणून मिळणाऱ्या स्वातंत्र्यामुळे ते एकीकडे हवी तशी वेळ नियोजन करू शकत होते, तसेच राजकीय काम सुरू ठेवण्याची लवचिकता त्यांना मिळाली.

निवडणुकीच्या प्रचारासाठी त्यांनी विधानसभेतली नोकरी सोडली होती; आता उमेदवारी फसली असतानाही घराला आर्थिक मदत करणारे कोणतेही स्थिर काम शिल्लक नव्हते. दारिद्र्याचा ताण आणि पुढे राजकारणात कार्यरत राहायचे असल्याने ते रोजंदारी, दुकानदार किंवा इतर प्रकारच्या मजुरीच्या पर्यायांचा विचार करत होते. अखेर "टॅक्सी चालवायची का?" असा विचार मनात आला. या व्यवसायात पगाराची शाश्वती नसली तरी पुरेशा मेहनतीतून जेमतेम तग धरता येईल आणि राजकीय कामासाठी वेळ तसेच स्वातंत्र्यही राखता येईल, ही जाणीव त्यांना सकारात्मक वाटली. कदाचित पहाटे तीनचार तास भाडे उचलून दुपारी पक्षाच्या कामाला जाता येईल, संध्याकाळी वा रात्री पुन्हा काही तास कॅब चालवून पैसे कमावता येतील, असा साधा हिशेब त्यांनी मनाशी आखला.

सुरुवातीला मामा स्वतःची गाडी घेऊ शकत नव्हते. त्यामुळे त्यांनी एका मालकाकडून काळी-पिवळी टॅक्सी भाड्याने घेतली. तिला दररोज ठरलेली रक्कम भरावी लागे. भाडे, पेट्रोल वा गॅस आणि दैनंदिन खर्च बाजूला काढल्यानंतर हाती थोडेच पैसे उरायचे. तरीही, हळूहळू परिचय, रस्त्यांचा अनुभव, प्रामाणिक सेवा यांमुळे ग्राहकांची संख्या वाढू लागली. महत्त्वाचे म्हणजे, ते कधीही हवे तेंव्हा काम थांबवून पक्षातल्या सभा, तक्रार निवारण शिबिरे, किंवा रहिवाशांना मदत करण्यासाठी स्वतः जाऊ शकत होते. राजकारणापासून दुरावणारा उद्योग नको, अशी त्यांची भूमिका होती; तर टॅक्सी चालवण्याने ते शहरभर फिरून रोज नवे लोक भेटत असत. विविध पातळींवरचे प्रवासी भेटल्यामुळे त्यांना लोकांच्या समस्या, महागाईचे चटके, प्रशासनाविषयीची नाराजी अशा सगळ्या गोष्टी थेट कळत.

मुंबईत रहदारीचा अतिरेक, उन्हाचा दाह, मान्सूनचा मुसळधार पाऊस आणि अव्यवस्थित रस्ते अशा आव्हानांचे ओझे घेऊन ते दिवस, रात्र कॅब चालवत. कधी पहाटे ऑफिसच्या कर्मचाऱ्यांना नेऊन करून ते दुपारी पक्षाच्या कार्यालयात एखाद्या बैठकीला हजर होत. रात्री पुन्हा काही तास भाडे उचलण्यासाठी बाहेर पडत. थकवा प्रचंड, पण मामा यांचे मन निर्धाराने भिजलेले होते. बसमध्ये गर्दी करून राजकीय सभा गाठण्यापेक्षा, कधी प्रवासात लोकांशी बोलून थेट मुद्दे समजावून घेता येत. कधी मोठ्या व्यावसायिकांचा प्रवास असे, तर कधी निर्मात्यांकडून त्यांना वेगवेगळे अनुभव ऐकायला मिळत. झोपडपट्टी किंवा कामगार भागातील लोक एकत्र येऊन गप्पा मारताना, रोजचे प्रश्न, राजकीय कुजबुज आणि असंतोषाची कारणे सहजपणे समोर येत असत.

काही काळ बादल्याने टॅक्सी चालवल्यावर मामा यांनी "स्वतःची गाडी घ्यायची का?" असा विचार केला. भाड्याने गाडी घेण्यापेक्षा स्वतःची गाडी असल्यास नफा अधिक मिळेल आणि वेळ, भाडे आणि पेट्रोल खर्च यांचे गणितही अनुकूल होईल. या जोखमीसाठी त्यांनी सहकारी बँक किंवा एखाद्या मित्राकडून कर्ज घेण्याचे धाडस केले. कमी शिक्षण आणि राजकारण्याचा ठपका असला तरी लोकांनी त्यांना विश्वासाने साहाय्य केले. मासिक हप्ते, व्याज, गाडीच्या देखभालीचे खर्च, यांचे नियंत्रण न सोडता त्यांनी आपल्या पहिल्या टॅक्सीची किंमत फेडली. दरम्यान, अभ्यासपूर्ण पद्धतीने ते मिळालेल्या नफ्यातून दुसरी टॅक्सी घेण्याचा विचार करू लागले. कालांतराने तसेही झाले. या फायद्यातून आणखी टॅक्सी खरेदी करून त्यांनी एकापाठोपाठ एक सात टॅक्सींचा ताफा उभा केला. प्रत्येक नवीन गाडी घेणे म्हणजे आर्थिक सुरक्षेची थोडीशी भर पडणेच.

शेवटी इतक्या गाड्या झाले की एका गाडीत ते स्वतः ड्रायव्हर असून इतर गाड्यांसाठी विश्वसनीय ड्रायव्हर्स ओळखीचे असत. अशा पद्धतीने थोडेफार उत्पन्न त्यांना निरंतर मिळू लागले, त्यामुळे राजकीय क्षेत्रात सक्रिय राहण्यासाठी तितक्याच जोमानं प्रयत्न करणे शक्य झाले.

फक्त सात गाड्या असूनही त्यांचे व्यवस्थापन सांभाळताना खूप शिस्त आवश्यक होती. सकाळी गाडीचा मालक म्हणून ड्रायव्हर्सशी वेळापत्रक, देखभाल, दुरुस्ती याबाबत चर्चा करायची, आणि दुपारनंतर पक्षाच्या कामात थकवा न येऊ देता अविरत काम करायचे. गाडी वापरणारे काही ड्रायव्हर्स एखाद्या चाळीतले, तुटपुंज्या कामधंद्यावरील, तर कुणी रोजगार नसलेल्या तरुणांनादेखील टॅक्सी चालवण्याची संधी मिळे. मामा त्यांच्यावर नेहमीच चांगले मार्गदर्शन करायचे, नियमांचे पालन, भांडण टाळणे, ग्राहकांशी सभ्य वागणे अशा सूचना देत. या सगळ्यामुळे त्यांच्या भोवती नवीन लोकांचा एक वर्तुळ तयार झाले. छोटे-मोठे प्रश्न, आर्थिक अडचणी, सामाजिक उपक्रम, शासकीय कार्यालयातील कामे—हे सर्व या छोटेखानी "टॅक्सी युनिट"मध्ये सामायिक भाषेतून चर्चा होई.

एका बाजूला हे काम सुरू असताना मामा राजकारणात पुन्हा नशिब आजमावण्याच्या तयारीत होते. महापालिका निवडणुकीतील पराभव डोक्यात घर करून होता, तरीही लोकांशी त्यांचा संपर्क आणि नाळ कायम मजबूत होती. १९८० च्या दशकाच्या सुरुवातीस त्यांनी पुन्हा एकदा पालिका निवडणुकीत उभे राहायचा निर्णय घेतला. यावेळी ते अगदी जवळजवळ विजयाच्या उंबरठ्यावर पोहोचले; परंतु अखेर जेमतेम ५७ मतांनी त्यांचा पराभव झालाहा छोटासा फरक अंगात ताप ल्यायल्यासारखा वाटला—काही मोजक्या मतांच्या तुटवड्यामुळे ते हुकले, आणि जिंकणे अगदी जवळून निसटल्याचे दुःख अधिक तीव्र होते. तरीही, ही निकटची स्पर्धा त्यांच्या दृष्टीने प्रोत्साहक ठरली. पक्षातील उच्चपदस्थ मंडळींना जाणवले की मामांनी जमिनीवर काम करून फारसा खर्च न करता इतके चांगले मताधिक्य मिळवले. या यशाच्या जवळ जाण्याने मामा निराश होण्याऐवजी "पुढच्या वेळी प्रयत्न अधिक मोठे आणि मजबूत करावे लागतील," असा निर्धार घेऊन पुन्हा उभे राहिले.

या काळात भाजपमध्ये त्यांनी संघटनात्मक भूमिकेमध्ये आणखी जोमाने काम केले. एकामागून एक जबाबदाऱ्या मिळू लागल्या. किंबहुना, स्थानिक लोकांशी आणि कामगारांशी जोडलेले मामा अधिक वजनदार झाले. काही ज्येष्ठ नेत्यांनी त्यांना तालुकाप्रमुख किंवा मंडळ सचिव अशी पदे दिली. तिथे त्यांनी पक्षार्थी भूमिका बजावत अनेक मोहिमा, रॅली, सल्लामसलत बैठकांचे आयोजन

केले. गुळगुळीत बोलण्याऐवजी साध्याशा शब्दांत मुद्दा मांडणे, झोपडपट्टीवासीयांच्या अडचणी पुढे नेणे, पालिकेवर दबाव टाकणे—या सर्व गोष्टी मला सहज जमतात, असे ते म्हणायचे. या सगळ्यामुळे सामान्य लोकांमध्ये मामांची विश्वासू प्रतिमा निर्माण झाली. राजकीय संघर्ष, फाटाफूट, अंतर्गत कौशल्ये असूनही ते नम्रपणे सर्वांना एकत्र ठेवण्याचा प्रयत्न करत.

टॅक्सी व्यवसाय आणि राजकीय कार्य अशा दुहेरी ओढीनंतरही मामा परिवारासाठी जमेल तसा वेळ राखायचे. कधी मेळावा असेल तर ते तिथे जात, पण त्यामुळे घरी वेळ कमी मिळे. मुलांची कामे शेजाऱ्यांकडे किंवा बायकोवर अवलंबून असत. काही वेळा ते रात्री उशिरा घरी येत आणि सकाळी भल्या पहाटे पुन्हा बाहेर पडत. दिवस इतके धावपळीचे जायचे की, कधी एकदा खाटेला पाय रोवून झोप घेते असे वाटायचे. तरीही, "आपल्या उद्दिष्टासाठी झटत आहे," ही भावना त्यांना पुढे जाण्यासाठी बळ देत असे.

बारिक बारिक चूका, छोट्या प्रश्नातून शिकणे, ते कधी थांबत नसे. दोन्ही निवडणुकीतील अपयशामुळे, त्यांनी पुढील निवडणुकांसाठी भाषणांना सराव करायचा ठरवले. मित्रांच्या आणि कार्यकर्त्यांच्या दबक्या गप्पांत बोलणे आणि विचार मांडणे यासाठी घाबरायचे नाही, असे ते स्वतःला सतत बजावत. अगदी लहान गटसभा घेऊन त्यांना खूप बोलायची सवय झाली. "एके दिवशी मोठी गर्दीसमोर उभे राहण्यास असे छोटे प्रयास खूप उपयुक्त ठरतात," असे ते म्हणत. या प्रयत्नात हळूहळू त्यांचा आवाज खुलू लागला, विचार स्पष्टपणे सादर होऊ लागले आणि मुद्दे व्यवस्थित मांडता येऊ लागले.

टॅक्सी चालवतानाच त्यांच्या राजकीय प्रगतीची ख्याती पडद्यामागे हळूहळू पसरत होती. काही प्रवासी अचानक बोलता बोलता विचारायचे, "तुम्ही पालिकेच्या निवडणुकीत उभे राहिलात ना?" मग ते लोकांना एकहाती भेटायचे, "हो, मीच," असे हलके स्मित करून, "पुढची वेळ अधिक चांगली असेल, तुम्हाला जर काही अडचणी असतील तर जरूर कळवा." अशा छोट्या भेटी एकप्रकारे सततचा प्रचारच ठरू लागल्या. लग्न सोहळा, मुलांच्या शाळेच्या कार्यक्रम, स्थानिक उत्सवात एखाद्या कार्यकर्त्याच्या वय वाढदिवसाला जाणे—या सगळ्यातून मामा "जनतेचा माणूस" बनत गेले.

शेवटी सात टॅक्सींचा ताफा असला तरी ते रस्त्यावर अनेक तास स्वतः गाडी चालवतच असत. काहीना वाटे, "या माणसाला इतका त्रास कशाला? काहीतरी सुरक्षित नोकरी मिळाली नाही का?" पण मामा म्हणायचे, "अहो, इथूनच मला माझ्या लोकांना भेटता येते. इथून मी रोजच्या जगण्याचा संघर्ष हाताळतो. कधी

ड्रायव्हर्समधील एखाद्याला न्याय हवा असतो, कधी प्रवाशांना कोणत्यातरी सरकारी योजनेत मदत हवी असते. टॅक्सी हाच माझा फिरता संसार आहे." या दुहेरी भूमिकेत (टॅक्सी-चालक आणि राजकीय कार्यकर्ता) गाववाले, शेजारी, कार्यकर्ते, पक्षनेते सर्वांनाच मामा थोड्या फरकाने जवळचे वाटू लागले. पक्षानेही "कदाचित पुढच्या निवडणुकीत चांगले यश मिळवेल," असा विश्वास जाहीरपणे व्यक्त केला.

कोणत्याही राजकारणात नशिबाचा भाग असतोच. मामांच्या बाबतीत खरोखर अनेकवेळा "जवळ-जवळ विजय" गाठूनही थोड्या फरकाने हातचाच राहिला होता. तरी निराशेऐवजी, दोन पराभवांनंतरही ते पुन:प्रयत्न करायला उत्सुक होते. अनेक मोठ्या नेत्यांनीही तरुणपणी अनेकदा निवडणुका हरलेल्याची उदाहरणे दिली. "कधी कधी लोकांना तुमचे नाव लक्षात राहण्यासाठी एकदा हरावेही लागते," अशा विनोदाने ते खट्याळपणे बोलत. त्यामुळे मामा अधिकाधिक दृढ होत गेले. टॅक्सीच्या व्यवसायाने कुटुंबाला आधार मिळाला; राहिलेले वेळेत ते शाखा, मंडळ, मोर्चे वगैरे हाताळत राहीले.

अशा पद्धतीने या कालखंडात मामा अधिक आत्मविश्वासाने एक नेता म्हणून रुजत गेले. खरे पोषक म्हणजे त्यांची सर्वसाधारण लोकांशी असलेली बांधिलकी आणि कार्य. इतर नेते शासकीय योजना, आर्थिक अनुदान, भूमिकेचे सत्ताधारी संबंध वापरून मतांचा पाया घट्ट करीत असताना मामा मात्र छोटे-मोठे सेवाकार्य, लोकांच्या दिनचर्येतील समस्या सोडवण्याचा प्रयत्न, आणि स्वप्रयत्नांनी उभारलेला व्यवसाय यांच्या जोरावर लोकप्रिय झाले. भाजपबरोबर त्यांच्या संवादातून त्यांची रणनीती अधिक स्पष्ट झाली; प्रसंगी पक्षानेही अपुन्या अर्थसहाय्याच्या अडचणी दिल्या, तरी "स्थैर्य आणि सेवा" ही त्यांची मूर्तीकरण झाली.

बऱ्याचदा थकवा, पराभव, आर्थिक आव्हाने यांनी त्रास असला तरी त्यांचे ध्येय टिकले होते. ते म्हणायचे, "लोकांसाठी नेहमीच उभे राहायचे, आता हरलो म्हणून नव्हे, तर जिंकूनही थांबायचे नाही. निवडणुका या आपली सेवा सिद्ध करण्याच्या एकाच मार्गांपैकी आहेत." हारलीले निवडणुका, टॅक्सी व्यवसायातला आटापिटा, अल्पशिक्षितपणा आणि दाटीवाटीच्या घरातले अडचणीचे जगणे—या सगळ्यावर ते जिद्दीने मात करायला निघाले. "बदलताना कष्ट होतात, पण हेच आपल्याला पुढच्या लढाईसाठी तयार करतात," असे ते शांतपणे उल्लेख करत.

या काळानंतर शहरात ज्यांनी मामांना ओळखले, त्यांना "टॅक्सी ड्रायव्हर ते संयमी राजकीय आधारस्तंभ" असा त्यांच्या प्रवासाचा सार दिसू लागला.

निवडणुकीत पुन्हा भाग घेणारे असले तरी "कधी उमेदवारी न मिळाली तरी मी लोकांपासून दुरावणार नाही," असे ते ठामपणे सांगत. काही समर्थक त्यांना "मागचे पराभव विसरून पुढे या," असा सल्ला देत. तेव्हा मामा साधेपणाने सांगायचे, "हरलो तर हरलो, पराभव हीच मोठी शिकवण आहे. पुढचे पाऊल यशस्वी करण्यासाठी मी सज्ज होतोय." टॅक्सीच्या चाकामागे दिवसेंदिवस ते अधिक समजदार, अधिक परिपक्व आणि अधिक माणसांच्या जवळ जाणारे नेते बनत होते. संसाधने कमी असली तरी त्यांच्या जिद्दीमध्ये काही कमी नव्हती.

अशा प्रकारे काही वर्षांत त्यांनी शहरातल्या अनेक भागांत होणारी आंदोलने, मोर्चे आणि धरणे यामध्ये भाग घेतला. ते स्वतः सहभागी होत आणि इतर कार्यकर्त्यांना देखील पाठवून देत. स्थानिक तक्रारी सोडवताना ते नेहमीच स्वतः पुढे असत. महापालिका अधिकाऱ्यांकडे किंवा वसाहत-विभागाकडे सोबत येणाऱ्या नागरिकांना ते प्रोत्साहित करत—"भिऊ नका, आपले हक्क आहेत, गरज असली तरी कायदेशीर बाबी पाहून तुम्ही मागणी करू शकता." या सर्व कामाची अनेकांनी दाद दिली, पक्षातही त्यांना जिल्हा स्तरावरच्या जबाबदाऱ्या देण्यात आल्या. अशा प्रकारे ते आपली राजकीय स्थिरता आणि टॅक्सी व्यवसायाचा विस्तार दोन्ही हाताळत राहिले. एके काळी रोजंदारी कमावणारा माणूस आता छोटेखानी उद्योगाचा मालक झाला होता आणि राजकीय वर्तुळातही मोठ्या आत्मविश्वासाने वावरू लागला. लोकांना त्याच्या स्वबळावर उभं राहण्याची प्रेरणा इथूनच मिळू लागली.

"कधी तरी तुम्ही मोठी जागा जिंकणार," अशी अनेकांची खात्री झाली, पण मामा काहीही अतिरंजित अपेक्षा न ठेवता आपली कळी आपणासारख्याच साध्या कष्टकऱ्यांसाठी खुलवत राहिले. इच्छाशक्ती, अहोरात्र मेहनत आणि लोकांशी नाते ठेवण्याची सच्ची वृत्ती—ही त्रिसूत्री त्यांच्या नेतृत्वाची खरे यशस्वी सूत्र ठरली. कितीही पराभवाने हादरले तरी "जिद्दीतून शाश्वत आणि योग्य परिवर्तन घडेल," हा त्यांचा आत्मविश्वास अधिकच बळकट झाला. त्यांच्या विद्यमान स्थानामुळे शिवडी सारख्या भागातही लोकांनी त्यांना ओळखू लागले. भलेही मतांनी निवडणुका जिंकायच्या बाकी असल्या, तरी "हा आमचा माणूस आहे," यासाठी फक्त पक्ष आणि विचारधारा नव्हे, तर रोजच्या जगण्यात समावेश असलेल्या समस्या आणि त्यांचे तातडीचे निराकरण हेच कारण ठरले.

अशा रीतीने, राजकारणात आपले पाय मजबूत करण्याची मामांची ही "टॅक्सी ड्रायव्हर वर्षे" अनेक अर्थांनी निर्णायक ठरली. सातत्य आणि सेवेची उमेद त्यांनी कधीच कमी होऊ दिली नाही, आणि न्यूनगंड मनाला घर करू न देता त्यांनी

ही लढाई जिंकली. ही वर्षे त्यांना आर्थिक सुटकेचे साधन ठरली, पण त्याहून महत्त्वाचे म्हणजे त्यांनी जपलेली माणसांची जाणीव, स्थानिक प्रश्नांशी असलेली नाळ, आणि पराभवानंतरही न विसरलेली समुदायसेवा हाच त्यांच्या यशाचा पाया ठरला. आता पुढच्या प्रवासात मामा निवडणुकीतील अडथळे, पक्षांतर्गत रणनीती, आणि लोकांनी दिलेला पाठिंबा यांवर आधारित नव्या संधी शोधत होते. जिद्दीने टॅक्सी चालकापासून राजकीय विस्ताराचे स्वप्न पाहणारा "मामा" नावाचा साधासुधा नेता आता अधिक दृढ आणि परिणामकारक भूमिकेकडे निघाला होता.

14

गंगाखेड (परभणी) चा प्रवास

सीताराम "मामा" घनदाट यांचा राजकीय प्रवास नेहमीच चिकाटीने आणि लोकांप्रती अतूट बांधिलकीने भरलेला होता. १९८० च्या दशकाच्या मध्यापर्यंत मुंबईत त्यांचे राजकीय कार्य उत्तरोत्तर वाढत होते. त्यांनी जनसंघ आणि नंतर भारतीय जनता पक्षात (भाजप) एक समर्पित कार्यकर्ता म्हणून आपली ठसठशीत ओळख तयार केली होती. मात्र त्यांच्यासाठी नियतीने एक वेगळाच मोहरा धरला. परभणी जिल्ह्यातील गंगाखेड या राखीव मतदारसंघाशी संबंध न निर्माण केलेल्या मामा यांना तिथे जाऊन काम करायचे सुचविण्यात आले – जिथे ना त्यांचा कुठलाही अगोदरचा दुवा होता, ना कौटुंबिक ओळख होती, ना राजकीय पाया. तरीदेखील काही वर्षांतच, बाहेरचा म्हणून आलेले मामा त्या भागातील विशेष आदर मिळवणारे नेते झाले.

गंगाखेडकडे मामांचे लक्ष वळणे हे त्यांच्या स्वतःच्या कल्पनेत नव्हते. भाजपमधील ज्येष्ठ नेते वसंतराव भागवत आणि उत्तमराव पाटील यांच्या आग्रहाने हे शक्य झाले. भागवत यांना मामांच्या व्यक्तिमत्त्वात काही विशेष दिसले होते – लोकांसाठी झोकून देणारा स्वभाव, तळागाळाशी जोडलेले जीवन, कामगारवर्गाशी नाते आणि संघर्षातून उभे राहिल्याने आलेले प्रामाणिकपण. उत्तमराव पाटील यांच्याकडेही मराठवाड्यातील अनुसूचित जातींसाठी एक ठोस नेतृत्व हवे होते, असे मत होते. दोघांनी मामांना पटवून दिले की, "गंगाखेडमधील राखीव मतदारांना तुमच्यासारख्या व्यक्तीची गरज आहे. जेथे चांगला उमेदवार नाही, तिथे तुम्ही खरी सेवा देऊ शकता." मामा सुरुवातीला दडपून गेले; परंतु याच

नेत्यांनी त्यांची काळजी घेतली आणि मार्गदर्शन केले.

मामांनी आपले उर्वरित राजकीय आयुष्य मुंबईत व्यतीत केले होते; ते कधी अहमदनगर किंवा पारनेरच्या मूळ जिल्ह्यालाही भेट देत नसत. आता त्यांना नव्या भागात जाऊन राहण्याचा सल्ला मिळाला, जिथे ते अगदीच अनोळखी होते. मोठी जोखीम घेणे आवश्यक होते – जिथे राजकीय आधार, कौटुंबिक संपर्क, अगदी जन्मबंधनदेखील नव्हते. भागवत आणि पाटील यांनीही आग्रह धरला की, "तुम्ही लोकसेवक असल्याने तुमचा संघर्षातला अनुभव गंगाखेडच्या लोकांना उपयुक्त ठरेल. लोकांना असा नेता हवा आहे, जो निवडणुकीनंतरही साथ देईल." मामांनी मनावर घेतले, उराशी धैर्य बाळगले आणि काही गाड्यांत भाजप-शिवसेनेचे झेंडे घेऊन ८ ते १० कार्यकर्त्यांसह गंगाखेडकडे रवाना झाले. पहिला मुक्काम परळी येथे घेतला, तिथे भाजपचे उदयोन्मुख नेते गोपीनाथ मुंडे यांची भेट झाली. मुंडे यांनी तिथल्या राजकीय घडामोडींची माहिती देत गंगाखेडसाठी योग्य धोरण सुचवले. पुढील मार्गक्रमण करीत मामा गंगाखेडला पोहोचले, जिथे स्थानिक भाजप पदाधिकारी आणि जिल्हा-स्तरीय नेत्यांनी त्यांच्यासाठी तात्पुरती सोय केली.

गंगाखेडचा भाग मामांसाठी अगदी नवा होता; तेथील भूगोल, राजकीय वातावरण आणि स्थानिक समाजाशी संबंध प्रस्थापित करण्यासाठी त्यांनी प्रामाणिकपणे संपर्क साधायला सुरुवात केली. स्थानिक व्यापारी रामबाबू सारडा यांच्या घरी राहण्याची व्यवस्था झाल्याने त्यांना थोडी मूठभर मोकळी जागा मिळाली. ते पहाटेपासून रात्रीपर्यंत नवनवीन गावात जात, तेथील लोकांना भेटत, चहाच्या टपरीत बसून त्यांच्या समस्या जाणून घेत. मोठमोठी आश्वासने न देता, केवळ स्थानिकांच्या पाण्याच्या अडचणी, शेतीची आव्हाने, बेघर होण्याची भीती अशा गोष्टी ऐकून घेण्यावर त्यांनी भर दिला. हा अनौपचारिक, प्रत्यक्ष लोकांशी जोडणारा दृष्टीकोन लोकांना अनोखा वाटला, कारण अनेक नेते येऊन मेळावे घेऊन जात, पण निवडणुकीनंतर गायब होत.

प्रारंभी विरोधकांनी, विशेषतः अनेक वर्ष आमदार असलेल्या ज्ञानोबा गायकवाड यांनी मामांना "बाहेरचा उमेदवार" म्हणत विरोध केला. ग्रामीण भागात जन्मसिद्ध संबंध, वंशपरंपरागत विश्वास आणि नातेसंबंध लक्षात घेता, स्थानिक अस्मितेला हा मुद्दा मोठा पडू शकत होता. "हे मुंबईचे माणूस आपल्यासाठी काय करणार? "निवडणूक जिंकल्यावर गुपचूप निघून जातील," असा प्रचार केला जात होता. काही वेळा मामा दडपले गेले, पण त्यांनी गावोगावी व्यासपीठावर ठामपणे सांगितले, "माझा जन्म येथे झाला नसला तरी मी

तुमच्यासारख्या गरिबीतूनच आलो आहे. मी जीवनात किती कष्ट सोसले आहेत आणि याआधीही अनेकांसाठी लढलोय." मामांनी परळी आणि त्यापलीकडील भागात भेटी घेतल्या आणि गट-चर्चांमध्ये लोकांना ठामपणे सांगितले, "मी बाहेरचा असलो तरी माझे वचन निवडणुकीनंतरही पाळणार. मी गंगाखेड सोडणार नाही."

प्रारंभीची निवडणूक त्यांनी लढली, पण प्रस्थापित पक्षांचे मजबूत नेटवर्क, आर्थिक बळ आणि दीर्घकाळ तयार झालेल्या नात्यांमुळे त्यांना फारसे यश मिळाले नाही. पण ते हरून पळून गेले नाहीत. वसंतराव भागवतांनी "जितक्याही वेळा हराल, तरी तुम्ही परिसरात तग धरून राहा," असा सल्ला दिला. मामा मुंबईला परत न जाता तिथल्या लोकांसोबत जीवनशैली स्वयंपूर्ण पद्धतीने निवडू लागले. ते मौजे-मौजेमध्ये फिरत होते, पाणीपुरवठा व विहिरींच्या योजनेत अडकलेल्या कागदपत्रांसाठी लोकांना मदत करत होते, थोडे कामगारांना संधी मिळावी म्हणून मध्यस्थी करत. हळूहळू लोकांनी पाहिले की, या माणसाने पराभवानंतरदेखील साथ सोडली नाही; तो खरी मदत करतो. ज्या भागात भाजपचा एकही विश्वासू पाया नव्हता, तिथे मामा लोकांसाठी भेटणारे नेते बनले. पक्षाची शाखा उघडली, कार्यकर्त्यांना संघटित केले, गावोगावी गटबांधणी केली आणि एक मजबूत पाया तयार केला.

त्यांनी स्थानिक रितीरिवाजांमध्ये स्वतःला सामावून घेतले, उत्सव-उपक्रमात भाग घेतला आणि स्थानिक बोलीभाषा लवकरच शिकून त्याच भाषेत लोकांशी संवाद साधला. प्राचीन देवस्थान असो किंवा पारंपरिक मेळावे—ते नेहमी हजर राहिले. अशा प्रकारे "बाहेरचा" ही ओळख हळूहळू कमी होऊ लागली. गंगाखेडकरांसाठी मामा आता एक प्रामाणिक आणि सेवाव्रती नेता म्हणून ओळखले जाऊ लागले. अखेरीस १९९५ च्या निवडणुकीत त्यांना यश मिळाले; ते आमदार म्हणून निवडून आले. हा विजय केवळ त्यांच्या मेहनतीचा नव्हता, तर तिथल्या मतदारांनी त्यांच्या कामाचे मूल्य जाणून पुरस्कृत केले होते. स्थानिक राजकारण केवळ जन्मनियुक्त राहिले नाही, तर ज्या कोणात क्षमता आणि जिद्द आहे, तो इथे यश मिळवू शकतो, हे त्यांनी दाखवून दिले.

गंगाखेडचा हा प्रवास एका अनोळखी माणसाने अगदी नवीन भागात उतरून स्थानिकांच्या भरोशासाठी निर्माण केलेल्या विश्वासाची नोंद आहे. मामा म्हणायचे की, "लोक तुम्ही कुठून आलात ते विचारतातही, पण त्याहून महत्त्वाचे म्हणजे 'तुम्ही इथ काय करता?' त्याची दाद ते जास्त घेतात." गरिबांसाठी आतापर्यंत त्यांनी उपसलेल्या कष्टांचे गंगाखेडच्या मंडळींना भान आले आणि

निवडणुकीनंतरदेखील, विजयानंतरदेखील मामा तिथेच राहिले. ही माणसे त्यांचीच असल्यासारखी त्यांच्यासोबत उत्सव, दुःखे, सण-वार सगळ्यांत सामील राहू लागले. आज गंगाखेडमधील मामा हे नाव फक्त निवडणुकीपुरते नाही, तर लोकांच्या दैनंदिन जीवनाशी जोडलेले एक नाव बनले. ते नेहमी सांगत, "आपण कुठून आलो हे तेवढे महत्त्वाचे नसते, तर कुठे उभे राहून काय देतो, यावर लोक जास्त भर देतात." गंगाखेडच्या भूमीत त्यांनी हेच सिद्ध केले.

15

स्वतंत्र भूमिका

१९८९ ते १९९५ या काळात सीताराम "मामा" घनदाट यांनी परभणी जिल्ह्यातील गंगाखेड या ग्रामीण मतदारसंघात आपले संपूर्ण लक्ष व मेहनत वाहिली होती. मुंबईतून आलेला बाहेरचा माणूस म्हणून प्रथम अनोळखी वाटणाऱ्या मामांनी वर्षानुवर्षे दुर्गम वाइया-वस्त्यांमध्ये फिरून, दररोज लोकांशी संवाद साधून, त्यांच्यात घट्ट पाय रोवले. अनुसूचित जातींसाठी राखीव असलेल्या या मतदारसंघात सतत तुटलेल्या आश्वासनांमुळे लोकांमध्ये प्रचंड नाराजी आणि अस्वस्थता होती. पायाभूत सुविधा, रस्ते, पाण्याचा विसंबळी पुरवठा, योग्य प्रतिनिधित्व अशा अनेक अपेक्षा सुगंधित वायुप्रमाणे हवेत विरत होत्या. पण मामांनी या गोष्टी निव्वळ आश्वासनांपुरत्या न ठेवता प्रत्यक्ष कामाला लावल्या. त्यांच्या तळमळीच्या दृष्टीकोनामुळे लहान सहान कामांपासून स्थानिकांसाठी व्यापक प्रयत्न आणि गंगाखेडच्या लोकांशी नकळत मजबूत नाते तयार झाले.

शेतकरी, मजूर, दुकानदार आणि विविध समाजघटकांशी मामा नेहमीच एकत्र दिसत. ते केवळ निवडणुका येतानाच चेहरा दाखवणारे उमेदवार नव्हते; राजकीय चक्र थांबले तरी तिथे राहणारे, लोकांचे प्रश्न जाणून घेणारे, प्रसंगी सरकारी योजनांविषयी कार्यशाळा घेऊन माणसांचे मूलभूत प्रश्न सोडवण्यासाठी झटणारे कार्यकर्ते होते. या निष्ठेबद्दल गंगाखेडच्या लोकांनी त्यांना "आमचा माणूस" मानायला सुरुवात केली. छोट्या गावातला एखादा सण असो, पाणीटंचाई असो किंवा शेतातला खरिप वा रब्बी हंगाम असो—मामा नेहमी लोकांसोबत खांद्याला खांदा लावून उभे राहायचे. या दृष्टीकोनामुळे ते सतत लोकांच्या नजरेत राहिले. ते फक्त मत मागणारे किंवा शहरातून आलेले पाहुणे नेता नव्हते, तर खऱ्या अर्थाने लोकांसोबत सहभागी होणारे सेवक बनले.

अनुसूचित जातींसाठी राखीव मतदारसंघात अनेकदा जातीनिहाय संघर्ष, उपजातींचे वेगळे मुद्दे, जमीन ताब्याचे प्रश्न, आर्थिक सवतीचे अभाव, शिक्षणाकडे दुर्लक्ष अशा समस्यांनी लोक त्रस्त होते. मामांची स्वतःची पार्श्वभूमी गरीबीतून, झोपडपट्टी व कामगार जगण्यातून आलेली होती, त्यामुळे स्थानिकांना ते आपल्यासारखे वाटत. त्यांना माहीत होते की, केवळ भाषणे किंवा काही वरवरची वचने देऊन प्रश्न सुटत नाहीत. प्रत्येक उपजातींची स्वतंत्र अडचण असते, शैक्षणिक सुविधांचा अभाव अनेकांची घरे उध्वस्त करू शकतो, बऱ्याचदा जमीन किंवा रोजगाराच्या नावाने फसवणूक होते. मामा या सा-यांची माहिती घेऊन, भरपूर चर्चा करून, मग "काय करता येईल?" अशा वस्तुनिष्ठ पद्धतीने विचार करत. कधी विद्यार्थ्यांना अधिक शिक्षणासाठी मदत कशी मिळेल हे समजावून सांगत, तर कधी शेतकऱ्यांना सामूहिक सहकारी पद्धतींना प्रोत्साहित करत. यातून लोकांना एक मार्गदर्शक आणि स्पष्टीकरण देणारा नेता मिळाला, जिथे इतर राजकारणी केवळ निवडणुकीपुरते उभे असत.

नव्वदच्या दशकाच्या सुरुवातीला, एवढ्या कष्टपूर्वक आणि स्पष्ट प्रामाणिकपणाने काम करणारे "मामा" गंगाखेडमध्ये खूप आदराने ओळखले जाऊ लागले. त्यांच्या नेतृत्वामुळे भाजपच्या शाखेत नवी ऊर्जा निर्माण झाली. जुन्या पक्षांची मुळं घट्ट असलेल्या भागात भाजपसाठी आधारभूत जमीन तयार करणे सोपे नव्हते, तरीही मामांनी घराणेशाहीला धक्का देत लोकांची मने जिंकली.

पुढील निवडणुकांच्या वेळी, विशेषतः १९९५ च्या विधानसभा निवडणुकीत, मामांनी अपेक्षा धरली होती की पक्षातील वरिष्ठ नेते त्यांना तिकीट देतील. सहा वर्षे अथक परिश्रम करून त्यांनी गावोगाव समित्या उभ्या केल्या आणि मतदारांच्या अडचणी सोडवण्यासाठी सातत्याने प्रयत्न केले. भाजप या मतदारसंघात पहिल्यांदाच दमदारपणे उभा राहायला सक्षम झाला होता, असे पक्षातील जवळचे सहकारी म्हणत होते. तरीही, जाती-वृत्ती, पक्षांतर्गत धुसफूस आणि वरिष्ठांचे राजकीय गणित या सगळ्या कारणांमुळे मामांची उमेदवारी पक्षाने नाकारली. शहरातल्या प्रमुख नेत्यांमध्ये अशी चर्चा होती की, "पक्षाला मोठा निधी आणू शकणारा किंवा पारंपरिक घराण्याचा उमेदवारच फायदेशीर वाटतो, त्यामुळे मामांना बाजूला केले गेले."

ही बातमी मामांसाठी जबर धक्का ठरली. मनात जमा झालेली निराशा गंगाखेडच्या लोकांसमोर ते कशी व्यक्त करणार? "पक्षनिष्ठा की लोकांशी बांधिलकी?" हा मोठा प्रश्न उभा राहिला. गंगाखेडच्या लोकांनी मामांना आपल्या घरातले एक माणूस मानले होते, त्यामुळे मामा पक्षापेक्षा लोकांनी दिलेला शब्द

अधिक महत्त्वाचा मानत. त्यांनी भाजपच्या विरोधात जाण्याचा बहाद्दर निर्णय घेतला: निवडणूक लढवायचीच, पण स्वबळावर – स्वतंत्रपणे अपक्ष उमेदवार म्हणून. पक्षाच्या मदतीशिवाय, वरतून कोणतेही साधन नसताना असे करणे कुणालाही आव्हानात्मक ठरले असते; पण मामा ठाम होते.

वृत्त समजताच अनेकांनी कुजबुज केली, "ही चुकीची भूमिका आहे, पक्षाशिवाय जिंकणे अशक्य आहे." पण ज्यांना मामा ओळखत होते, जे स्थानिक शेतकरी, दुकानदार, तरुण कार्यकर्ता, महिला गट होते, त्यांनी कधी बैलगाडी, कधी गावच्या जागेत सभा, कधी स्वयंपाकाचे साधन-राहण्याची सोय पुरवली. इतके दिवस मामांच्या "कुशल मदतनीस" वृत्तीने प्रभावित झालेली लोक "आता त्यांच्यासाठी काम करण्याची वेळ आली," असे म्हणू लागली. महाराष्ट्राच्या ग्रामीण भागातील नेहमीसारखा दणक्याचा प्रचार, धनदांडग्या घोषणा व मोटारींचा ताफा नव्हता; निवडणूक संपूर्ण "घरगुती" पद्धतीचे नियोजन असलेली भासत होती. "बाहेरचे" असलेल्या माणसाने या गावांमध्ये इतकी सेवा केली होती, ही गोष्ट जनता विसरली नव्हती.

मतदानाचा दिवस आला; सर्व विरोधकांना मामांनी एकच सांगितले, "मी कोणापेक्षा कमी नाही. मी तुमची सेवा केलीय आणि तूर्तास पक्षाने मला हटवले. काय योग्य आणि काय अयोग्य ते तुम्ही ठरवा." निवडणूक झाल्यावर, मतमोजणीस चालना मिळाली आणि आश्चर्य म्हणजे मामा नेत्रदीपक विजयाला गवसणी घालत पुढे निघाले. मतमोजणीचा शेवट होईपर्यंत ते गुणात्मकदृष्ट्या इतर उमेदवारांहून अग्रेसर होते.

शेवटी निकाल जाहीर झाला — मामा, एकट्याने लढलेले उमेदवार — विजयी झाले. पक्षाशिवाय लढलेल्या उमेदवाराला जणू नवसंजीवनी मिळाली होती. लोकांनी त्यांचा पराभव कधीच स्वीकारला नसता. परिणामतः मोठ्या पक्षांची गणिते गडबडली. "हे कसे शक्य झाले?" असा प्रश्न लोक आणि विरोधकांमध्ये चर्चेचा विषय बनला. ही कामगिरी "पक्षापेक्षा माणसाशी बांधिलकी प्रबळ" या विचाराचा जिवंत उदाहरण ठरली. ज्या परिस्थितीतून मामा आले होते, त्यात कोणाला वाटले नसते की, पक्षाने डावलले तरी लोक इतक्या कटिबद्धपणे त्यांच्या पाठीशी उभे राहतील. हा विजय स्वतः मामा यांच्या व्यक्तिमत्त्वाचा सन्मान होता, जेथे सर्वोच्च नेते एकमेकांशी सौदेबाजी करत असतात, तेथे कायद्याने योग्य आणि नैतिकतेने शुभ असे लोकांच्या मनातील स्थान तयार करणे खरोखरच मोठी गोष्ट.

गंगाखेडचा राजकीय पट एका झटक्यात बदलला. "परकी" समजल्या जाणाऱ्या माणसाने इथल्या कुशीत स्वतःला इतके मिसळले होते की, पक्षाचे पाठबळ न मिळवता देखील लोकांनी निवडून दिले. मामा म्हणायचे, "यापेक्षा मोठा आनंद तो काय? मी एक सर्वसाधारण व्यक्ती, तुमच्या प्रश्नांत सहभागी झालो, माझ्यातला राजकारणी नव्हे तर तुमचा सहयोगी बोलत होता. त्यामुळेच मी जिंकू शकलो." निवडणुकीनंतर लगेच त्यांनी गंगाखेडमधील प्रलंबित प्रकल्प, धरणांकडचा पाणीपुरवठा, गावगाड्यातील प्राथमिक शिक्षण, रस्ते आणि इतर समाजकल्याण योजना या सर्वांवर भर दिला. लोकांचा उद्धार सर्वोच्च प्राधान्य असल्याची निशाणी म्हणून त्यांच्या कार्यालयाचे दार कायम उघडे राहिले. उद्या पक्षात परत जाण्याचा प्रश्न असेलही, पण मामा यांना मुळात लोकांना सोडायचे नव्हते.

या विजयाने पक्षांतर्गत कोलाहलही दिसून आला. थोड्याच काळात, अनेक वरिष्ठ नेते त्यांच्या निकालाकडे "आमचे माणूस तरी आहे" अशा बोलण्याने डोकावू लागले. पक्षाने त्यांना प्रत्यक्ष निकालाआधीच संधी नाकारली, तरीही जनतेच्या पाठिंब्याने ते आमदार बनले होते. एका बाजूला हे सामान्य अशक्य म्हणून बघितले जाते, तर दुसऱ्या बाजूला मामा आजही "गंगाखेडमधले आमदार" या शब्दाबरोबर ओळखले जाऊ लागले. बालपणीची नड, तुटलेली व्यवस्था, जातिसंस्था आणि प्रस्थापितांशी त्यांचा लढा या सारेसकट ते लोकशाहीच्या माध्यमातून जिंकून आले होते.

मामांचा या निवडणुकीतला विजय म्हणजे पक्षनिष्ठेवर नव्हे, तर लोकसेवेला वाहिलेल्या बांधिलकीवर आधारलेला पुरस्कार होता. जिथे अनेक राजकारणी पदव्या, वारसदार किंवा पक्षाचे उच्चसाहाय्य घेऊन यश मिळवतात, तिथे मामा यांनी "जनतेकडून मान्यता" या गमकावर बळकट मागणी केली. १९९५ या नोंदीपासून पुढे गंगाखेडमध्ये त्यांनी कितीही अडचणी असोत, अढी असोत, तो भाग कधीही सोडला नाही. पहाटे उठले की गावोगावची सफर, दिवसभर लोकांच्या भेटी, सरकारदरबारी गाऱ्हाणी मांडणे आणि नंतर भेटीगाठी—अशीच दिनचर्या त्यांच्या स्वभावात खोलवर रुजली.

या सुरुवातीच्या विजयाने त्यांच्या वारशाची नवी सुरुवात झाली, जी पक्षाच्या यशापेक्षा मोठी ठरली. कारण त्यांनी लोकांशी बांधिलकी जपत पक्षाच्या निर्णयाला कधी मान डोलावली नाही, तर लोकांची पसंती मिळवून अपक्ष म्हणून मोठा विक्रम उभा केला. पुढे कधी पक्षांतर्गत घडामोडी झाल्या, तरी "जनतेपेक्षा कोणतेही पक्षश्रेष्ठी मोठे नसतात," हे मत त्यांनी प्रत्यक्ष कृतीतून दाखवले. मामा यांनी

कोणीही त्यांना ओळख दिली नाही, तर त्यांनीच आपल्या इच्छाशक्ती आणि लोकांशी घट्ट नाते यांच्या बळावर स्वतःची ओळख तयार केली. गंगाखेडने त्यांना स्वीकारले, कारण ते गंगाखेडकरांबरोबर खरेपणाने राहिले. ही "स्वतंत्र भूमिका" त्यांच्या जीवनातील एक क्रांतिकारी पायरी ठरली.

16

१९९५ मधील विजय : 'अपक्ष आमदारा'चा जन्म

१९९५ च्या सुरुवातीला परभणी जिल्ह्यातील गंगाखेड मतदारसंघात सीताराम "मामा" घनदाट यांनी एक धाडसी पाऊल उचलले. भाजपकडून टिकट नाकारले गेल्यानंतर त्यांनी अनपेक्षितपणे अपक्ष म्हणून निवडणूक लढण्याचा निर्णय जाहीर केला. अनेकांनी हा निर्णय राजकीय आत्महत्येसमान असल्याचे मत दिले, कारण कोणत्याही पक्षाचा आधार नसताना, आर्थिक बळ तुटपुंजे असताना, मोठे नेते व संघटना यांच्याविरुद्ध थेट लढाईत उतरायचे धैर्य सोपे नाही. पण मतमोजणीच्या दिवशी घडलेल्या निकालाने हे गणित उलटे पडले: मामांनी केवळ ४७६ मतांच्या फरकाने ही जागा जिंकली. या विजयाने स्थानिकांसह महाराष्ट्राच्या राजकीय वर्तुळाला चांगलाच धक्का बसला.

मामांचा प्रचार जितका अनोखा होता, तितकेच त्यांचे व्यक्तिमत्त्वही खास होते. पक्षाचा मोठा पट नसताना, चिन्हावर आधारित ओळख नसताना, ते संपूर्णपणे गंगाखेडमधील स्थानिकांच्या पाठिंब्यावर अवलंबून राहिले. त्यांच्या दैनंदिन सवयींमध्ये स्वतःला इतके सामावून घेतले होते की केवळ निवडणुकीच्या दिवसांत दिसणारे नेते नव्हे, तर रोज उपस्थित राहून समस्यांना सामोरे जाणारे "लोकनेते" अशीच त्यांची ओळख बनली होती. मतदारसंघातील दुर्गम वस्त्या आणि गावांमध्ये नियमित फेरफटका मारून ते तिथले प्रश्न जाणून घेत, शेतकरी,

छोट्या दुकानदारांशी गप्पा मारत – ही सर्व देवघेव फक्त निवडणूक काळापुरती मर्यादित नव्हती. परिणामी एक विश्वासाचा धागा विस्तारला, ज्यावर मामांनी आपला प्रचार उभा केला.

अनुसूचित जातींसाठी राखीव असलेल्या या मतदारसंघात जाती-पोटजातींचे दडपण आणि त्यामुळे होणाऱ्या राजकीय वर्तनांचे गणित अधिक गुंतागुंतीचे होते. खुद्द मामा स्वतःही अल्पशिक्षित पार्श्वभूमी, मोची-कामगार प्रचेष्टा आणि जेवढ्यास तेवढा रोजंदारीचा संघर्ष करून वर आलेले असल्यामुळे, स्थानिक समाजाला "खरोखर हा आपल्यासारखी दुःखे मिरवलेला माणूस" वाटू लागले. त्यांनी अनेकवंशी शेकडो उपभेदीत वाड्यांची फिरस्ती करून, त्यांच्या समस्या, तक्रारी आणि आशा-आकांक्षा ऐकून घेतल्या. बाहेरचा वावर इथल्या माणसांमध्ये भिजवून घेतताना, त्यांनी जातिभेद हा केवळ घोषणांनी मिटत नसून, प्रत्यक्ष मदत आणि जागरूकता यातूनच विश्वास वाढतो, हे सिद्ध केले.

नव्वदच्या दशकाच्या सुरुवातीपासून ते १९९५ च्या निवडणुकीपर्यंत, मामा तिथल्या राजकीय क्षेत्रात प्रतिष्ठित आणि प्रभावी नेते बनले होते. सामान्य समस्यांपासून ते गावातील धार्मिक सण, पायाभूत सुविधा, शेती-नियोजन या सर्वच गोष्टींमध्ये त्यांनी अंग घातले. पक्षाच्या माध्यमातून अनेक भागांत प्रबोधनही सुरु ठेवले. निवडणुकीआधी त्यांना आशा होती की, पार्टी त्यांच्या या सातत्यपूर्ण प्रयत्नांचे चीन्ह ओळखून उमेदवारी देईल. मात्र, भाजपच्या वरिष्ठ नेत्यांनी, विशेषतः प्रमोद महाजन आणि गोपीनाथ मुंडे यांनी इतर उमेदवारांचा विचार केला. यामध्ये घराणेशाही किंवा आर्थिक पाठबळ असलेल्या व्यक्तींना प्राधान्य दिल्याच्या अफवा पसरल्या होत्या.

उत्तमराव पाटील यांनी मामांसाठी तिकीट मिळवण्यासाठी खूप प्रयत्न केले. त्यांनी वरिष्ठ नेत्यांशी चर्चा केली, पक्षाच्या बैठकीत मामांची बाजू ठामपणे मांडली आणि त्यांना संधी मिळावी यासाठी वारंवार विनंती केली. उत्तमराव पाटील यांना मामा यांच्यावरील विश्वास होता आणि त्यांनी पक्षाच्या नेतृत्वाला पटवून देण्याचा पूर्ण प्रयत्न केला की, "मामा हे प्रामाणिक आणि मेहनती नेते आहेत, त्यांना तिकीट देणे पक्षासाठी फायदेशीर ठरेल." तरीही, पक्षाच्या अंतर्गत राजकारणामुळे आणि काही वरिष्ठ नेत्यांच्या वेगळ्या गणितांमुळे मामांना तिकीट मिळाले नाही. पण उत्तमराव पाटील यांनी आपले प्रयत्न शेवटपर्यंत चालू ठेवले. मामा मनाने अस्वस्थ असले तरी त्यांना एक महत्त्वाची जाणीव होती — गंगाखेडच्या लोकांसोबत त्यांनी केवळ पक्षीय ओळखीतून नव्हे, तर जीवावरची जोखीम घेऊन बांधलेले नाते तयार केले होते. त्यांनी अखेर पक्षाचा चष्मा बाजूला

ठेवत, "मी मतदारांशी बांधील आहे," या घोषवाक्याने निवडणुकीच्या मैदानात उतरायचे ठरवले.

शेतकरी, दुकानदार व मजुरांनी त्यांना प्रयत्नपूर्वक मदत केली. भव्य रॅल्या, लक्झरी गाड्या, अनेक छापील पत्रके यांसाठी पैसा नव्हता; तरी बैलगाड्यांनी प्रचारसाहित्य नेणे, तरुणांनी हाताने पोस्टर्स रंगवणे, महिलांनी चहा-पाण्याची व्यवस्था करणे अशी छोटी-मोठी मदत मिळून त्यांच्या धडपडीचा प्रचार दिवसेंदिवस फैलावत गेला. मतदार एक स्वरात म्हणत – "आम्हाला निवडणुकीच्या वाऱ्यातच दिसणाऱ्या नेत्यांहून, इथल्या धुळीने भरलेल्या रस्त्यांवर सतत उभे राहणारे मामा हवे आहेत." मतमोजणीच्या दिवशी घरटी घरून आशेचा उद्गीर उमटत असतानाच, मामांनी केवळ ४७६ मतांनी विजय मिळवला. यामुळे "अपक्ष आमदार" म्हणून ते रातोरात गंगाखेडचे यशस्वी राजकीय नेतृत्व बनले.

पक्षाच्या पाठिंब्याशिवाय जिंकणे अनपेक्षित असल्यामुळे राजकीय वर्तुळ आणि प्रसारमाध्यमे दोन्हीही चकित झाली. काही प्रमुख भाजप नेत्यांनीही मान्य केले, "त्यांना तिकीट दिले असते तर आमचे वेगळे यश दिसले असते." दुसरीकडे मामा ही विजय ऊर्मी आनंदात असूनही उधाणलेला अभिमान टाळत राहिले. त्यांना माहीत होते की, हा विजय "मामांचा गौरव" कमी आणि "लोकांनी केलेला समर्थनाचा जाहीर निर्धार" अधिक होता. या काळात बाळासाहेब ठाकरे यांनी त्यांना मंत्रिपदाची ऑफर दिल्याची कानोकानी बातमी फिरली, पण मामांनी सन्मानाने नकार दिला. "माझे शिक्षण अल्प आहे, आमदार म्हणून लोकांची चिंता करावी, त्यांची कामे करावी," अशी प्रांजळ भूमिका त्यांनी घेतली. आपल्याला अधिराज्यपेक्षा विधायक काम अधिक साध्य करायचे असल्याचे ते म्हणाले.

हा क्षण मामा आणि गंगाखेडच्या जनतेमध्ये नवे नाते रुजवणारा ठरला. "अपक्ष आमदार" म्हणून ते उलटपक्षी मतदारांचा विश्वास आणि आधार बनले. निवडणुकीनंतरही त्यांनी स्थानिक समस्या सोडवण्यात हार मानली नाही, तर पूर्ण उमेदीने काम करत राहिले. रस्ते, वीज, पाण्याची जपणूक, गावोगाव आरोग्य शिबिरांचे आयोजन, शिक्षणाच्या सुविधा या सारख्या विषयांवर ते सातत्याने काम करत राहिले. त्यांच्या कार्याची दखल सर्वांनी घेतली. काही दिवसांतच लोकांनी अनुभवले की, "मामा तुमचा आहे," हे केवळ घोषणेतच नाही तर खऱ्या व्यवहारातही सिध्द झाले.

त्यांनी पक्षाची चौकट नाकारतानाच लोकांशिवाय दुसरी कोणतीही चौकट स्वीकारली नाही, याने त्यांच्या वैयक्तिक स्वातंत्र्याचा एक संदेश दिला –

राजकारण लोकांच्या हितापर्यंत मर्यादित असणे महत्त्वाचे, मोठ्या पक्षांतर्गत खामोश लढाया त्यांच्या स्वभावाशी विसंगत असल्याचे त्यांनी दाखवून दिले. हा विजयोत्सव तथापि जड भासू न देता त्यांनी गंगाखेडमध्येच कामावर लक्ष केंद्रित ठेवले. अल्प शिक्षण, मर्यादित व्यावहारिक अनुभव आणि बेधडक भाषण कौशल्य नसतानाही, ते पायाभूत सुविधा आणि समाजोत्थानावर लक्ष केंद्रित करत राहिले.

१९९५ मध्ये पार पडलेली ही लढत जणू पक्षनिष्ठेऐवजी लोकांशी बांधिलकी प्रबळ असू शकते, या विचाराला सत्य म्हणून उभे राहिले. मामा यांनी मोठे पक्ष, मोठे सत्ताधीश यांच्या समर्थनाविना, नुसत्या लोकदिनी बांधिलकीच्या आधारावर विधानसभा जिंकता येते, हे दाखवून दिले. महाराष्ट्राच्या राजकीय नक्शावर त्यांनी एक प्रेरणादायी ठसा उमटवला – "अपक्ष आमदार" असला तरी लोकांनी दिलेला पाठिंबा हा सगळ्या पक्षनिष्ठांवर जड ठरू शकतो. यानंतर त्यांच्या नावाने कोणताही पक्ष किंवा चिन्ह जोडलं गेलं तरी, "मामांचे लोकांवरील प्रेम" ही ओळख तसूभरही धूसर झाली नाही.

हा विजय केवळ मामांचा वैयक्तिक अजेंडा पूर्ण करायला मिळवलेली संधी नव्हती; तर लोकांच्या आशा-आकांक्षांशी प्रामाणिक राहण्याची एक गंभीर जवाबदारी होती. "मामांची राजकीय तत्त्वनीती पक्षनिष्ठेवर नव्हे, तर लोककल्याणावर आधारित असते," हे लोकांनी अनुभवल्यावर त्यांच्या नेतृत्वाला अधिक भरपूर आदर आणि स्वीकृती लाभली. पुढे मामांचे पुढील निर्णय मग पक्षीय आराखड्याचे असोत वा स्थानिक कामाशी निगडित असोत, ते नेहमी "गंगाखेडच्या हितासाठी" असतील, याची खात्री सर्वांना होती. अशा रीतीने १९९५ मधील ऐतिहासिक विजयाने मामा नावाचे "अपक्ष आमदार" उभे केले – जे स्थानिक लोकांसाठी राजकीय संस्था व पक्षराजकारणापेक्षा जास्त सक्षम ठरले.

17

गंगाखेडचा कायापालट : पहिल्या टर्मची उपलब्धी

१९९५ च्या निवडणुकीत पक्षांचे प्रमुख उमेदवार चकित करून, अपक्ष म्हणून विजय मिळवल्यानंतर सीताराम "मामा" घनदाट यांनी गंगाखेड या ग्रामीण मतदारसंघातून विधिमंडळात यशस्वी प्रवेश केला. निवडणुकीदरम्यान तुटपुंज्या साधनसंपत्तीवर, स्थानिक लोकांच्या मदतीवर व मुख्यत्वे जनतेच्या विश्वासावर आधारित राहून ते विजयी झाले होते. अनेकांना हे "अपघाती यश" वाटले, परंतु लवकरच हे स्पष्ट झाले की ते लोकांनी केलेले संभ्रमित मतपत्रिकावाचन नव्हे, तर वर्षानुवर्ष केलेल्या सच्च्या कामाचे फळ होते. आमदार होण्याबरोबरच त्यांनी स्पष्ट केले की, हे स्थान अलौकिक सहवास वा वैयक्तिक लाभासाठी नव्हे, तर मतदारांसाठी एक माध्यम म्हणून वापरणार आहेत.

पहिल्या काही दिवसांतच मामांनी गंगाखेडच्या समस्यांचा अभ्यास सुरू केला. मतदारसंघातील प्रमुख मुद्दे होते: रस्त्यांची दयनीय अवस्था, नदी-ओहोळांना जोडणारे तुटलेले किंवा मोडकळीस आलेले पूल, विखुरलेले वीजपुरवठ्याचे जाळे आणि शिक्षणासाठीच्या अपुऱ्या सोयी-सुविधा. अनेक गावांनी यापूर्वी आश्वासनांच्या चकचकीत गोष्टी ऐकलेल्या होत्या, पण निवडणुका संपल्या की बहुतांशी राजकारणी पसार होत असत. मामा यांनी मात्र आमदार झाल्यावरही नियमितपणे गंगाखेडमध्येच वास्तव्यास असणे पसंत केले. यामुळे लोकांना

दिसले की, निवडणूक संपली तरी ते तसंच राबत आहेत. अर्थातच, त्यांच्या कटिबद्धतेचे बळ वाढले.

रस्त्यांच्या कामाला त्यांनी सुरुवातीपासून विशेष प्राधान्य दिले. गंगाखेड हा भाग गोदावरी नदीच्या उपनद्यांच्या परिसरातील दुर्गम भौगोलिक मांडणीचा. त्यामुळे शेवटच्या टप्प्यांपर्यंत व्यवस्थित डांबरी रस्ते नसणे, चिखलाच्या रस्त्यावरून ऊस, गहू, कापूस, बाजरी यांचे उत्पादन बाजारपेठेत नेता न येणे अशा तक्रारी होत्या. मामांनी आमदार निधी आणि राज्य सरकारकडील अनुदान या दोन्हींचा लवचिक वापर केला. आणखी निधीची गरज असेल, तर त्यांनी विविध खात्यांशी पत्रव्यवहार, प्रत्यक्ष बैठका वगैरेमार्फत मागणी केली. एका लहानसहान पूल बांधण्यासोबत मोठ्या जोडरस्त्याच्या रुंदीकरणापर्यंत अनेक कामे हातात घेतली गेली. या प्रक्रियेत ते स्वतः काही ठिकाणी जाऊन, काम थांबले असल्यास कामगार किंवा ठेकेदारांची भेट घेऊन काम पुढे रेटत. स्थिर रस्त्यांमुळे बाजारपेठेचा व्यवहार वाढला, तरुणांच्या रोजगार संधी वाढल्या आणि शाळकरी मुलांसाठी प्रवासही सोपा झाला.

याचबरोबर दुसरे महत्त्वाचे क्षेत्र होते – वीजपुरवठा आणि पाणीपुरवठा. गावागावांत कमी व्होल्टेज, वारंवार खंडित वीज, असुरक्षित ट्रान्सफॉर्मर यामुळे खूप तक्रारी होत. या भागातील पावसाचे प्रमाण अनियमित असल्याने, विहिरी-ओढ्यांवर पुरेसा भरवसा नव्हता. एखाद्या गावात नुसते वीज नसणे चिरस्थायी संध्याकाळ असो, किंवा रात्री शेतमाल वाचवणे अवघड. मामांनी महाराष्ट्र राज्य वीज मंडळाकडे प्रस्ताव मांडून, काही ठिकाणी नवीन उपकेंद्र, टेकडीवर सौरऊर्जा प्रकल्प – अशा पर्यायांचा आढावा घेतला. वीज नसणाऱ्या एका-दोन वस्त्यांमध्ये उदयोन्मुख तंत्रज्ञानावर आधारित सौरपॅनल बसवणाऱ्यांची चाचपणी केली. यात सुरुवातीचे काम किचकट होते, तरी नवी तंत्रप्रणाली दिसू लागल्यावर काही गावांनी त्यांच्या अनुभवामुळे प्रोत्साहन घेतले. वीज जुळवणीसाठी लागणारे परवानग्यांचे बांधघडे सुटवताना ते राज्याच्या अधिकाऱ्यांसोबत अक्षरशः झगडत. या सहकार्यात्मक प्रयत्नांमुळे "मामा म्हणजे आपल्यासाठी दुसरीकडे दार उघडे करणारा" असे लोकांना वाटले.

शिक्षणाला मिळालेली चालना तेवढीच महत्त्वाची होती. अनुसूचित जातीसाठी राखीव मतदारसंघात बारक्या-मुलींच्या शिक्षणाकडे अनेकदा दुर्लक्ष व्हायचे. दूरवरची शाळा, वाहतुकीची अडचण, वर्गात शिक्षकांची कमतरता अशी अनेक कारणे मुलींना शिकणापासून वंचित ठेवत. मामा यांनी पहिल्याच टप्प्यात जवळपास चाळीसेक शाळा उभारणे अथवा सुधारणा करणे हाती घेतले. सोईंची

उपलब्धता वाढवणे, स्वच्छतागृहांच्या बांधणीत सुधारणा आणि शिक्षकांसाठी जागेची व्यवस्था करणे – अशा व्यावहारिक बाबींवर भर दिला. मामांनी गावकऱ्यांना सतत पटवून दिले की मुलींना शाळेत ठेवावे आणि त्यांचे शिक्षण पूर्ण करावे. जेव्हा गावांनी प्रयत्नपूर्वक मुलींना शाळेत पाठवले, तेव्हा त्या विद्यार्थ्यांसाठी मामांनी शालेय साहित्याचा तुटवडा भासू नये याची काळजी घेतली. मुलींच्या शिक्षणासाठी लहान शिष्यवृत्ती योजना, गणवेश मोफत देणे अशा योजना लागू केल्यामुळे, पहिल्यांदाच लोकांनी "शिक्षण करा" हा संदेश कृतीत उतरवायला सुरुवात केली. यामुळे एका पिढीत आमूलाग्र बदलाची शक्यता निर्माण झाली.

सामाजिक-सांस्कृतिक क्षेत्रातही मामांचा सहभाग पुढच्या स्तरावर होता. पारंपरिक सण, धार्मिक मेळावे, गावपातळीवरील कार्निव्हल असो, ते सगळ्यांत सामील होत. राजकीय दडपशाही वा मतलबी हेतू कमी, तर "तुमचे उत्सव, तुमचे लोककल्याण खरोखर मोलाचे," अशी भावना अधिक दिसत असे. शिवाय सामुदायिक एकी टिकवण्यासाठी जातीय आणि धार्मिक तणाव कमी करणे अत्यावश्यक होते. प्रत्येक गटातील नेत्यांशी चर्चा करणे, विवाद मिटवण्याचे प्रयत्न करणे आणि ग्रामीण भागातील छोट्या कामांवरून होणारे मतभेद सामोपचाराने सोडवणे—ही कामे मामा संयमाने आणि धीराने करत असत. "आमदार म्हणजे फक्त उंच व्यासपीठावरून भाषण करणारा नसून, बैठकीत शांतपणे सोडवणूक करणारा" ही प्रतिमा तयार झाली.

भ्रष्टाचाराला थारा न देणे हा मामांच्या कामकाजातील मुख्य आधारस्तंभ होता. अनेक राजनीती करणारे ज्या पद्धतीने कारभार करतात, तेथे दमदार निधी असूनही फायदे ठराविक लोकांकडे पोहोचतात. मामा यांनी आपले प्रकल्प सुशासनविषयक निकषावर पारखून पार पाडले. निधी लहान प्रमाणात असला तरी कारवाई योग्य आणि काटेकोर असावी, ही त्यांची भूमिका होती. शाळा बांधणे असो, रस्ते दुरुस्त करणे असो किंवा एक छोटासा पूल बांधणे असो, ते स्वतः न चुकता वेळोवेळी तपासणी करीत. "तुमचे पैसे येत आहेत, ते गायब होणार नाहीत," असा ठोस दिलासा मतदारांना मिळाल्याने, मतदारांनाही "हा आमचा रक्षणकर्ता" असा विश्वास वाटू लागला.

दरम्यान, बऱ्याच जणांनी "मंत्रिपद किंवा पार्श्वभूमीला मोठा पक्ष असता तर भरीव आधार मिळाला असता," असे सुचवले. विशेषतः बाळासाहेब ठाकरेंनी एकदा मंत्रिपदाची ऑफर दिली, असे वृतही आले. पण मामांनी सौम्यपणे नकार दिला. "मला माझ्या मतदारसंघात रमत राहायचे आहे. व्यवस्थापकपद

स्वीकारण्यापेक्षा, लोकांच्या प्रश्नावर प्रत्यक्ष काम करणे मला अधिक योग्य वाटते," असा त्यांचा स्पष्ट पालुपद होता. त्यामुळे "खरी धडपड सत्तेत जगह मिळवण्यासाठी नसून, गंगाखेडसाठी गुणवत्तापूर्वक सेवा करणे," अशी त्यांची प्रतिमा टिकली.

पहिल्या कार्यकाळाच्या शेवटी दिसलेली खात्रीशीर सुधारणा लोकांकडे स्पष्टपणे जाणवत होती. काही गावांत पहिल्यांदा पक्के रस्ते झाले, मुलींची शाळेतील उपस्थिती वाढली, शेतकऱ्यांना नवीन बाजारपेठपर्यंत पोहोचणे सोयीचे झाले. ज्या भागात "आजपर्यंत कुणी विचारच केला नाही," अशी नाराजी अस्तित्वात होती, ती नाराजी हळूहळू निवू लागली. यामुळे मामा "अपक्ष आमदार" असूनही मुख्य पक्षांविरोधात एक राज्यस्तरीय आदर्श ठरले – पक्षाचे बळ वा पाठिंबा नसतानाही, लोकांमध्ये सक्रिय राहून विकास साधता येतो, हे त्यांनी प्रामाणिक कृतीने दाखवले.

राजकीय निरीक्षकांनी मांडले की, "मामांनी स्थानिक-जनतेवर केंद्रित केलेला दृष्टिकोन राबवला," हे त्यांच्यासारख्या अनेक कार्यकर्त्यांना प्रेरणादायी वाटले. पक्षशिस्त, जोखीम, राजकीय सौदे यांपासून दूर राहून, त्यांनी खुबीने आमदार निधी आणि राज्यस्तरीय योजना आणण्यासाठी रसद पुरवली. मोठे पक्ष-नेते असले तरी लोकांची इच्छा जर कुणाला मिळत असेल, तर तो प्रकल्प अनुकूलित होतो. मामा जणू 'संपर्कसाधक' बनले होते, लोकांना जोडणारे आणि समस्यांवर तोडगा काढणारे. मोठ्या नेता-पदाधिकाऱ्यांशी संपर्क साधताना किंवा अधिकाऱ्यांशी सामंजस्य करताना ते लोकांच्या मागण्या प्राधान्याने मांडत. बऱ्याचदा दूरचा दौरा करत शहरी विभागात अधिकाऱ्यांना भेट, अर्ज, प्रत्यक्ष फोन अशा गोष्टींनी दररोज झटत. यामुळे गंगाखेडच्या आपल्या हातातल्या कामांना मूर्त रूप मिळाले.

या पहिल्या टर्मची आठवण गंगाखेडवासियांना हीच राहिली: "मामा आमदार असताना गावागावात पोहोचले, अडलेले प्रकल्प सुटले, शिक्षण-सिंचनाच्या योजना आकारल्या." या विश्वासाचाच असर म्हणून, पुढेही मामा अनेकांसाठी 'अर्थपूर्ण नेतृत्व' झाले. त्यांनी निवडणूक म्हटली की थोडा 'राजकीय खेळ' असतो, पण दुसरीकडे लोकांसाठी उपयोगी पायाभूत बदल ही त्यांची खरी कसोटी ठरली. या काळातल्या कामाने पुढील राजकीय पायऱ्यांसाठी त्यांची जागा भक्कम केली.

अखेरीस त्यांच्या "अपक्ष आमदारकी"च्या पहिल्या कालावधीत त्यांनी गंगाखेडचा चेहरामोहराच बदलून टाकला, असा लौकिक निर्माण झाला. निदान पूर्वी लोकांना वाटणारे "आमदार फक्त लोकांसोबत नातेसंबंध ठेवण्यासाठी

नसतो, तो राजकीय मालक असतो," हे समजू लागले की, आमदार हा एक विश्वासू प्रतिनिधी असू शकतो, जो शहरापासून दूरून आलेला असला तरीही गावोगाव तग धरून लोकांचे भले करतो. गावकऱ्यांना, वाडी-वासीयांना, शेतमजूर व कष्टकऱ्यांना अशा नेत्याची खूप काळापासून गरज होती. अनेकांनी त्यांना "महाराष्ट्रातील अपवादात्मक आमदार" म्हणायला सुरुवात केली. "लोकांनी निवडून दिलेले प्रतिनिधी अशीच ऊर्जा राखतील," हे मामांचे मत अगदी साधेपणाने प्रकट होत होते. आणि त्यामुळे त्यांच्या कामाला एक वेगळे महत्त्व मिळाले, ज्याची पुढील राजकीय काळात पुनःपुष्टी होणार होती.

18

अपक्ष आमदार म्हणून दुसरी टर्म

१९९५ मध्ये अपक्ष म्हणून मामांनी गंगाखेड मतदारसंघ जिंकला तेव्हा अनेकांनी तो एक "अपघाती विजय" किंवा तात्पुरता जुगाड असल्याचे म्हटले. प्रस्थापित पक्षांकडे आर्थिक बळ, संघटन, स्थानिक राजकीय डावपेचांचे असंख्य शस्त्र असते; मग पुढच्या निवडणुकीत ते या बाहेरच्या उमेदवाराला सहज पराभूत करतील, असा बऱ्याच जणांचा दावा होता. हे ऐकत मामांनी उगाच उत्तरे देण्याऐवजी कामात गुरफटून घेतले. मतदारसंघातील रस्ते, वीज, शिक्षण आणि पाणी अशा मुलभूत गरजा पूर्ण करण्यासाठी त्यांनी गहुशा शिकारीप्रमाणे प्रत्येकीवर डोळा ठेवला. लोकांना पक्षांतर्गत राजकारणापेक्षा स्वतःवरील विश्वास लागतो, हे त्यांनी जराही विसरले नाही.

या चार वर्षांत गंगाखेडचा चेहरामोहरा बऱ्यापैकी पालटला. रस्त्यांवर दगड-मातकट चिखल कमी झाला, पाण्याच्या साठ्यानिमित्त काही छोट्या सिंचन योजना सुरू झाल्या, शाळांच्या संख्येत वाढ झाली आणि शिक्षकांच्या नियुक्त्या कार्यक्षमतेने पार पडल्या. त्यामुळे ज्या लोकांना "मामा किती दिवस टिकणार," अशी शंका होती, त्यांना हळूहळू लक्षात येऊ लागले की तेथे "विशेष चमत्कार" न होता, हळूहळू पण नक्की विकासकडे पावले टाकणारा प्रयत्न सुरु आहे. मामा नेहमी गावागावांमध्ये दिसत, कोणत्याही कार्यक्रमात थांबत, भांडण-वाद मिटवत, साध्या किंवा गुंतागुंतीच्या विषयांसाठी अगदी सरकारी अधिकाऱ्यांकडे रोज रेंगाळत. त्यामुळे लोकांना नेहमी 'आपला' वाटणारा आमदार पहिल्यांदाच अनुभवला जात होता.

१९९९ ची निवडणूक जवळ येताच पुन्हा एकदा चर्चांची धुळफेक उठली. आता मोठे पक्ष मजबूत उमेदवार रिंगणात उतरवत असल्याने पिछाडीवर पडेल किंवा खरे पक्षांकडून कोण उदार दिलाने सामर्थ्य दिले जाईल का, अशा अनेक प्रश्नांनी वातावरण तापले. यावेळी मामांनी मात्र कोणत्याही पक्षात प्रवेश केला नाही. गंगाखेडमध्ये तिकीट मागण्यासाठी अनेकांनी मध्यमस्तरीय नेत्यांकडे लॉबिंगही केले, पण मामा मूलतः अपक्ष राहून आपले 'सर्वसमावेशक नेतृत्व' टिकवू इच्छित होते.

त्याचा प्रचार यावेळी अधिक निकालांना धरून होता. "पहिल्या टर्ममध्ये आपण रस्ते घडवले, वीजपुरवठ्याचा प्रश्न बऱ्याचदा सोडवला, शाळांची संख्या-सुविधा वाढवल्या," असे ठोस पुरावे ते मतदारांसमोर ठेवत होते. गावांमध्ये सार्वजनिक जागी भिंतीवर "मामा आल्या नंतर... (बदल)" असा मजकूर काढला जात होता. कोणत्याही भावनिक ओढगस्तीऐवजीः "तुम्ही गेल्या वेळी मला निवडून दिले. मी नक्की किती सुधारणा केल्या, ते स्वतःपुढे आहे. आता पुढच्या चार-पाच वर्षात अजून काय करायचे, हे मी आधी जाहीर करतोय," अशा आत्मविश्वासपूर्ण भाषेत ते मतदारांशी संवाद करत. असा "परिणामक अहवाल" दाखवणे, ग्रामीण भागात त्याकाळी फारसे ऐकिवात नव्हते. पण एकदा लोकांनी पाहिले की, आमदार निधी किंवा राज्य सरकारकडून आणलेल्या योजनांचा तपशील मामांच्या बोलण्यात तपशीलवार येतो, तेव्हा विश्वास आणखीन दुणावला.

यामुळे अनेक पक्षांनी देखील त्यांच्याशी स्नेहसंबंध बांधू पाहिले. लोकांना विश्वास वाटो किंवा ना वाटो, पण निश्चयाने मामा स्वबळावरच निवडणूक लढवणार, हे स्पष्ट होते. याचवेळी झोपडपट्टीतील किंवा इतर जिल्ह्यांतील कामगार, विद्यार्थी यांना आश्वासनं देण्याचा उद्योग इतर पक्षांचे उमेदवार गडबडीने करत होते. मोठी नावं, मोठी सभांसाठी संचलन, धनदांडग्या जाहिराती—सारं काही गंगाखेडमध्ये प्रथमच इतक्या व्यापक प्रमाणात दिसू लागलं. तरी "अखेर मतदारांना जास्त महत्त्व काय आहे? भव्य चित्र कि परिणाम दर्शवणारा आमदार?" अशी चर्चाही रंगली.

मतदानाच्या दिवशी, बहुतेकांनी गुप्तपणे प्रस्थापित उमेदवार पैसे किंवा मालवाटप करतील, असा दावा केला. तरी मामा यांना घाबरगुंडी आणण्या ऐवजी "लोकांना आता खरे कारण माहीत आहे," अशा निर्व्याज मनोधैर्याने ते वावरले. नंतर मतमोजणी सुरु झाल्यानंतर अनेकांना वाटले की, पहिल्या वेळी मामांचा विजय थोडक्यात (याच ४७६ मतांच्या फरकाने). "उलट सत्ता पक्षाकडील उमेदवार

तसेच तगडा खेळकर असल्याने यावेळी तो रस्ता अडवेल," असे गृहीतक राखण्यात आले. पण जसजसे आकडे जाहीर होत गेले, तसतशी पछाडणारी चर्चा झाली की, मामांची आकडेवारी तोडीस तोड नव्हे तर किंचीत वरचढ. अखेरीस "मामा पुन्हा विजयी" हे घवघवीत सत्य समोर आले. पराभवापेक्षा विजयाचा फरक थोडासा अधिक झाला. माध्यमांनी सुचवले की, "मामांनी आता अपघाती विजयाचे लेबल लावणाऱ्यांची तोंडे बंद केली आहेत."

दुसऱ्या कार्यकाळाची ही सुरुवात झाली. हे यश कोणाला आश्चर्य, तर कोणाला प्रेरणा वाटली. अनेकांना आश्चर्य वाटले की, खुल्या सत्ताकारणातून लांब राहूनही "अपक्ष" आमदार पुन्हा निवडला गेला. सुरुवातीला सरकारकडे आवश्यक सत्तास्त्रोत कसे आणतील, असा प्रश्न अनेकांनी विचारला. मात्र मामांनी गेल्या टर्ममध्येच आपले नातेसंबंध आणि लॉबिंगचे महत्त्व सिद्ध केले होते. ग्रामीण प्रश्न, सिंचन, दळणवळण अशा विविध खात्यांच्या सचिव आणि अधिकाऱ्यांसोबत ओळख तयार करून, विश्वासार्ह कृती व अहवालांच्या आधारे त्यांनी "मी निधी योग्य पद्धतीने वापरेन," असा निर्वाळा मिळवला होता. त्यामुळेच वरवर भक्कम पक्षस्मरण करणारे नेतेही कधी गावाकडच्या बांधकामात अडचणी आल्या तर मामांशी संपर्क साधू लागले. मुद्दाम "कोणतेही अधिकृत पद नसूनही," राज्य शासनाकडे दबाव आणून प्रकल्प मंजूर करवून घेण्याची जादू मामा यांनी दोन-तीनदा दाखवली. फक्त कुबेरासारखे धन नाही, तर इतर जणांकडे मननीयसारखा प्रभाव असतो – हे राजकारणातील नवे समीकरण मतदारांनीही निरखले.

दुसऱ्या कार्यकाळामध्ये त्यांनी पहिल्या प्रयत्नात सुरू केलेले प्रकल्पही पूर्णत्वाकडे नेले. रस्त्यांच्या रुंदीकरणात सुधारणा, काही वैद्यकीय केंद्रांचे रूपांतर प्राथमिक आरोग्य केंद्रांमध्ये केले, उपलब्ध शिक्षणशाळांचे जाळे वाढवले. मुलींच्या उच्च शिक्षणासाठी थोडेफार शिष्यवृत्ती, उत्प्रेरक निधी देण्याचे कामही अधिक संघटित पद्धतीने चालू ठेवले. गावगुंडगिरी, स्त्रीविरोधी अन्याय, जमीन हक्क अशा विषयांवरही ते जिल्हाधिकाऱ्यांकडे तक्रार गटांची सोय करून, समस्या ऐकून घेणे, स्थानिक पोलीस खात्याशी समन्वय करण्यासाठी पूल बांधत राहिले.

त्यांच्या नेतृत्वाची शेवटची कडी म्हणजे प्रचंड पारदर्शकतेचे धोरण. अनेक आमदार किंवा लोकप्रतिनिधी त्यांच्या कामांचा लेखाजोखा गोपनीय ठेवतात, तर मामा यांनी "लोकांच्या हितासाठी खर्च होतो, लोकांचे पैसे, मग त्यांनी तपासायला काय हरकत?" अशा भूमिकेतून एक "कामांची सूची" आणि निधीचा हिशोब प्रसिध्द केला. जो कोणी इच्छुक असेल त्याला हा हिशोब उपलब्ध होत असे. छोटी

मंडळ, ग्रामसमित्या यांच्या मार्फत या सर्व प्रकल्पांचे पडताळणी चालू राहिले. निवडणूकीनंतरही "आम्ही आपल्यासाठी लढतो आहोत," हा संदेश ठसता येत होता. लोकांनीही स्वयंस्फूर्तीने अनेक कार्यक्रमांना येऊन सभेत प्रश्न विचारले, मुद्दे मांडले, अगदी हिशेबही तपासला. त्यामुळे त्यांच्या ताब्यात "स्वच्छ कारभार" आणि "अपेक्षित बदल" अशी ख्याती दुप्पट झाली.

दुसऱ्या कार्यकाळाचे ही यश पाहून अनेकांनी "मामा गंगाखेडेचा विश्वासू 'राजकीय दोरक' ठरले," असे म्हटले. जाणकारांनी "आता गंगाखेडमध्ये कोणत्याही पक्षाला सत्तापदावर टिकायचे असेल तर, त्यांना मामांच्या धारणेची 'लोकसेवा' दाखवावी लागेल," असा निष्कर्ष काढला. अत्यंत परीक्षात्मक भागात असा दुहेरी विजय मिळवून मामा आता इतर जिल्ह्यातही प्रेरणादायी ठरले. जर एखादा नेता साध्या, असंख्य लोकांना जोडणाऱ्या वैयक्तिक स्पर्शावर भर देत असेल, त्यांच्या प्रश्नांना प्राधान्य देऊन विकासकामांना खरे रूप दिल्यास, मुख्य पक्षशक्तीविना देखील टिकून राहता येते ही वस्तुस्थिती स्पष्ट झाली.

अखेर दुसरा कार्यकाळ संपताना, लोकांना पहिल्या कार्यकाळापेक्षा "दुसऱ्यात अधिक प्रभाव आणि ठसा" दिसला. कारण आता मामा जिल्हा-स्तरावरील अधिकाऱ्यांशी, मंत्रिमंडळ व इतर अशा सत्तास्थानांशी पकड बनवून होते.त्यांनी अनेक मुद्द्यांचा पाठपुरावा करून लाभदायी योजना आणल्या, शेतकऱ्यांच्या प्रश्नांवर कृषिसंदर्भातील मेलमिळावणी केली, प्रशिक्षण कार्यक्रमांसाठी विज्ञानपर-तंत्र आधारित व्याख्याते बोलावल्या, उद्योगांना आमंत्रित केले इत्यादी. इथून पुढे गंगाखेड हा कधीही मागे पडलेला मतदारसंघ आहे असे बोलल्या जाऊ नये, ही त्यांची आकांक्षा.

परिणामी, दुसऱ्या कार्यकाळाने गंगाखेडचा कायापालट अधिक ठोस आणि बळकट केला. मामांनी त्यांच्या कामातून लोकांचा विश्वास जिंकला आणि त्यांची प्रतिष्ठा वाढली. अजूनही पक्षाशिवाय काम करत असतानाही, केवळ लोकहिताची जाणिव ठेवून आणि वशिल्याशिवाय टिकून राहणारा आमदार हे दुर्मिळ उदाहरण ठरले. त्यांचे हे यश संपूर्ण राज्याला आणि पक्षवर्गालाही नवी दिशा देणारे ठरले.

19

अभ्युदय बँक आणि सहकार क्षेत्र

गंगाखेडमध्ये अपक्ष आमदार म्हणून राजकीय जबाबदारी सांभाळतानाही, सीताराम "मामा" घनदाट यांनी सहकार चळवळ आणि तिची मूल्ये कधीच सोडली नाहीत. महाराष्ट्रातील सर्वांत मोठ्या सहकारी संस्थांपैकी एका – अभ्युदय बँक – मध्ये त्यांनी वर्षानुवर्षे केलेले काम, आणि या संस्थेच्या छत्राखाली फुललेले शैक्षणिक उपक्रम, या दोन्हींच्या माध्यमातून त्यांनी सामाजिक आणि आर्थिक उत्थानाचे आपले स्वप्न जपले. तरुण वयातच या बँकेशी जुळलेली त्यांची बांधिलकी, पुढे संचालक व अध्यक्षपदापर्यंत पोहोचली; दरम्यान त्यांनी अभ्युदय एज्युकेशन हायस्कूललाही प्रेरणादायी मदत केली. एकीकडे राजकीय क्षेत्रात अपक्ष आमदार म्हणून यश संपादन करताना, दुसरीकडे सहकारमंडळींमध्ये आर्थिक सबलीकरण आणि लोकसहभागाचा पाय मजबूत करण्याचा त्यांचा प्रयत्न अखंड राहिला.

अभ्युदय बँकेसह मामांचा प्रवास १९६० च्या दशकात सुरु झाला, तेव्हापासून ते कोणतेही राजकीय पद धारण करत नव्हते. त्या काळी अभ्युदय बँक मुंबईतील एक अत्यल्प पूंजी असलेली सहकारी बँक होती. ती कामगार, रोजंदारी करणारे मजूर, छोटे दुकानदार अशी आर्थिकदृष्ट्या दुबळी मंडळींना माफक व्याजदराने कर्ज देऊन मदत करत असे. या सहकारी मॉडेलचे वैशिष्ट्य म्हणजे जमा होणारा नफा भागधारकांना परत न घेता सामुदायिक सेवांसाठी वापरणे. मोची म्हणून कष्ट करणारे आणि कधी टॅक्सी भाड्याने चालवणारे मामा सावकारांच्या क्रूर पद्धतींना आणि मोठ्या बँकांच्या कठीण नियमांना कंटाळले होते. त्या बंद

दरवाज्यांच्या बँकांपेक्षा सहकार चळवळ त्यांना अधिक विश्वासार्ह आणि सोपी वाटली. सहकारात लोकांना मदत मिळू शकते, असा त्यांचा विश्वास होता. साधे सदस्य होऊन, अगदी लहान कर्जांनीसुद्धा जीवनाला हातभार लागू शकतो, हे त्यांनी प्रत्यक्ष अनुभवले.

त्याची वागणूक आणि अखंड जनसंपर्क क्षमता पाहून, बँकेच्या व्यवस्थापनाने मामांची दखल घेतली. ते तत्कालीन गरजू ग्राहकांना व्यवहार समजावून देणे, निरक्षरांना फॉर्म भरण्यास मदत करणे, आणि सर्वसामान्य लोकांमध्ये "बँकेत पैसे ठेवणे म्हणजे साठवणूक सुरक्षित व आपल्या कल्याणासाठी उपयुक्त," असा आत्मविश्वास निर्माण करणे या कामात महत्त्वाचे ठरले. यामुळेच ते समित्यांत सामावून घेण्यात आले, व पुढे बँकेच्या संचालक समितीतही प्रवेश मिळाला. अगदी राजकीय कारकीर्द रुजण्याआधीच मामांनी "प्रामाणिकपणा, लोकाभिमुखता व सहकारी मूल्यांचा अवलंब" हा आधार आहे हे सिद्ध करून दाखवले.

बँकेच्या वाढीत मामांचा सहभाग टप्प्याटप्प्याने वाढत राहिला. पुढे त्यांना अभ्युदय बँकेचे अध्यक्षपद मिळाले. बँक उस्मानपार उभारण्यासाठी अत्यंत प्रयत्नशील होते. मामांनी बँकेचा विस्तार करण्याचे धोरण स्वीकारले, जिथे पारंपरिक व्यापारी बँका जात नाहीत अशा निम-शहरी व ग्रामीण भागातही शाखा खोलण्यावर भर दिला. छोट्या गावांतील शेतकरी, कारागीर, लघु व्यावसायिक या मंडळींना अल्पदरात कर्ज देऊन उपजीविकेचा भक्कम पाया बसला. यामुळे आराखडा विस्तारता विस्तारता, माफक सुरू झालेल्या बँकेच्या एकूण शाखा १०० पेक्षा जास्तीवर गेल्या. या वेळी बँकेच्या वितरण जाळ्याला सामावून घ्यावे लागणाऱ्या हजारो ग्राहक-ठेवीदारांना पारदर्शक पद्धतीने सेवा देण्यावर मामांनी भर दिला. उलट, इतक्या विस्तारामुळे गैरव्यवस्थापन व बुडीत कर्जाचा धोका वाढू शकतो, ही चिंता अनेकांनी व्यक्त केली. तरी मामांनी अंतर्गत लेखापरीक्षण, कर्मचारी प्रशिक्षण, प्रामाणिकतेवर जोर देऊन अशी संकटे टाळली.

बँकेच्या पारंपरिक पद्धती बदलून, संगणकीकरणासारखा नवीन टप्पा स्वीकारण्यामागेही मामांचा हात मोठा होता. तेव्हा काहींनी याला विरोध केला – "एक सहकारी बँक भांडवलदार बँकांसारखी कशाला होऊ पाहते?" असे मत होते. पण मामांनी युक्तिवाद केला की, "ग्राहकांना अधिक वेगवान व विश्लेषणाधारित सेवा मिळाव्यात, बँकेच्या कार्यात मानवी चुका टाळता याव्यात," यासाठी तंत्रज्ञान गरजेचे आहे. महाराष्ट्रातल्या अनेक सहकारी बँकांमध्ये संगणकीकरणासंदर्भात परखड चर्चा चालू असतानाच, अभ्युदयने पुढाकार घेतला. या रूपांतरणामुळे

व्यवहार अधिक गति व चौकटीत आले. पुढे एटीएम व ऑनलाइन बँकिंगचे प्रयोगही त्यांच्याच काळात सुरू झाले, ज्यामुळे बँक मजबूत स्पर्धात्मक पर्याय ठरली.

अभ्युदय बँकेच्या विस्तारातून केवळ ठेवीदारांची सोय झाली असे नाही, तर नवे रोजगार अवसर निर्माण झाले. शेकडो तरुणांना शाखा व्यवस्थापक, कारकून, अकौंटंट, शिपाई अशा विविध पदांवर संधी मिळाली. यामुळे मामांनी गंगाखेडमधील व शेजारच्या गावांतील तरुणांनाही विशेष प्राधान्याने स्थानिक रोजगारासाठी संधी मिळवून दिली. शिक्षण दर्जाने पुरेश्या पात्रता असलेल्या कामगारांना, विशेषतः अनुसूचित जातींमधील व मागास कुटुंबातील लोकांना सवलतीचे कर्ज किंवा बँकेमध्ये प्राधान्यक्रम देऊन त्यांची उन्नती साधली. त्यामुळे प्रत्येक शाखेच्या वाढीसोबतच सर्वसामान्यांना आर्थिक स्वावलंबनाचा मार्ग दिसू लागला.

याच दरम्यान, दुसऱ्या बाजूस, अडचणींतील शेतकऱ्यांनाही ही बँक अपरिहार्य पर्याय ठरली. तत्पूर्वी प्रामाणिकपणे कर्ज फेडू इच्छिणारे पण सावकारांच्या मान्यामुळे त्रस्त शेतकरी आता निश्चित व्याजदर आणि पारदर्शक अटींसह कर्ज मिळवू लागले. दोन-तीन हंगाम दुष्काळात गेले तरी हे सहकारी बँकिंग माघार घेण्याऐवजी एक सहानुभूतीपूर्ण दृष्टीकोन ठेवायचे. गावोगाव महिला बचत गटांना देखील अतिस्वस्त कर्ज योजनांची संधी उपलब्ध झाली, ज्यामुळे छोटे रोजगार, डेअरी उद्योग, शिवणकाम, लघू व्यवसाय नावारूपाला येऊ लागले. अशा रीतीने "सहकारातून उद्धार" हे साकडे मामांनी प्रत्यक्षात आणले.

सहकारी बँकिंगसोबत, मामांनी शैक्षणिक अंगही नेटाने सांभाळले. विशेष करून मुंबईत परळमधील गिरणी कामगार व वंचित मुलांना शिक्षण देणाऱ्या अभ्युदय एज्युकेशन हायस्कूलशी त्यांचा घरोबा जुळला. जगणे दुस्तर असलेल्या कुटुंबांची मुले-मुली शिक्षणापासून दूर राहू नयेत, म्हणून न्यून दरात व चांगल्या दर्जाचे शिक्षण देण्याचे उद्दिष्ट मामांच्या मनाला भिडले. या शाळेला गरजेपुरते शिक्षक, वर्गखोल्या, पुस्तके आणि प्रोत्साहन मिळावे यासाठी त्यांनी अथक मेहनत केली. विद्यार्थी जर निदान दहावीपर्यंत कायम राहिले, तर ते शहरात किंवा पुढील शिक्षणासाठी सज्ज होऊ शकतात, अशा भावनेने हा प्रयत्न चालला.

मामांनी अनेकदा या शाळेत हजेरी लावून मुलांसोबत संवाद केला. त्यांची भाषणे मोठ्या गाजावाज्यात नव्हती; तर ते विद्यार्थ्यांना धीर देऊन बोलत, "शिकण्याने गरीबीचा अडथळा कमी करता येतो," असे स्वतःच्या उदाहरणांसह. शिक्षकांनाही ते मदत करीत. कधी काही शिष्यवृत्त्या काढून नल्ला-ज्ञान व्यवस्था,

कधी मंत्री व अधिकाऱ्यांकडे वदणी लावून प्रगतीशील सुविधांसाठी निधी मिळवणे – हे सर्व असूनही, नियमबाह्य किंवा भ्रष्ट मार्गांचा शिरकाव नसावा, याची काळजी घेतली. त्यामुळे अभ्युदय एज्युकेशन हायस्कूलचे सामर्थ्य वाढले; हजारो विद्यार्थ्यांना आर्थिक दुर्बलतेचे जोखड सोडून वेगळी वाट धरता आली.

सहकारी संस्थांतील सहभाग आणि राजकीय जबाबदारी हे मामांनी परस्परपूरक मानले. गंगाखेडमध्ये आमदार असतानाही ते अभ्युदय बँक आणि तिची विस्तार योजना बारीक निरीक्षणाने पाहत राहिले. सर्व गटांमध्ये अर्थसहाय्य मिळावे, महत्त्वाकांक्षी धोरणे फक्त शहरापुरती मर्यादित राहू नयेत, यासाठी ते प्रयत्नशील होते. शासकीय विभागांशी बोलताना "मी एका पक्षातील आमदार आहे," असे म्हणण्याऐवजी "मी सहकारी बँकेचा पांदुरंगी संदेश आणि माझ्या मतदारसंघातील लोकांचा आवाज घेऊन आलोय" हे सांगत. त्याचमुळे, सहकाराच्या प्रगतीचा आधार घेत त्यांनी लहान व्यावसायिक आणि शेतकऱ्यांना मदत मिळवून देण्यासाठी प्रयत्न सुरू ठेवले. त्यांच्या या प्रयत्नांना हळूहळू यश येऊ लागले आणि लोकांना सहकारातून आधार मिळत राहिला.

अध्यक्षपदाचा राजीनामा देतानाच अभ्युदय बँक मजबूतपणे उभी होती. मुंबई, महाराष्ट्र आणि बाहेरील शाखांची संख्या शंभरपेक्षा जास्त झाली होती. वार्षिक उलाढाल आणि ग्राहकसंख्या दोन्हीही उच्चांकावर पोहोचले होते. या प्रवासात मामांनी सक्षम नेतृत्व, चांगला जनसंपर्क, पारदर्शकता आणि समाजाभिमुख वृत्ती कायम ठेवली. अभ्युदय बँक हे उदाहरण ठरले की, "सहकार योग्य पद्धतीने राबवला तर तो सरकारी किंवा खासगी उपक्रमांना मोठा आधार ठरू शकतो."

मामांनी शैक्षणिक प्रगती आणि सहकारी संस्थांचा विचार राजकीय क्षेत्रातही जिवंत ठेवला. गंगाखेडच्या मतदारसंघात त्यांनी करियर मार्गदर्शन, सहकारी समूहांना गाठीभेटी आणि विविध उपक्रमांतून आपला सहभाग दाखवला. लोकांनी त्यांना "राजकारणी आणि सहकारसेवक" अशा दुहेरी भूमिकेत पाहिले. बहुतेक सामूहिक प्रकल्पांना उभारी देताना, "आणखी काय सुधारता येईल?" हा प्रश्न त्यांचा नेहमीचा विचार असे. "लोकरंजनापेक्षा लोककल्याण" आणि "स्वतःची सत्ता वाढवण्यापेक्षा सहकारी मॉडेल" हे तत्त्वज्ञान त्यांनी मनापासून जपले.

अभ्युदय बँक आणि शाळांतील योगदानाबद्दल बोलताना मामा नेहमी म्हणायचे, "शिक्षण आणि अर्थसाक्षरता एकमेकांना पूरक आहेत. लोकांना जर आर्थिक स्थिरता मिळाली, तर त्यांच्या पिढ्या उच्च शिक्षण घेतात, त्यामुळे गरिबीचे चक्र भेदले जाते. पण त्यासाठी सहकारी संस्थांची पारदर्शकता असली पाहिजे, नाहीतर पैसा फक्त काही मुठभर लोकांच्या हाती राहतो." त्यामुळे

स्तुतिपरपेक्षाही जवळिक व सखोल सेवा देण्याचे उद्दिष्ट त्यांनी प्रथम ठेवले. त्यांच्या कार्यकाळाने हे निश्चित केले की, राजकारणातून स्फुरण घेत, सहकारातून पोषित केलेला प्रगतिशील दृष्टिकोन लोककल्याणासाठी शक्तिशाली ठरतो.

शेवटी, राजकीय घडामोडीइतकाच अभ्युदय बँकेच्या यशातही मामांचा ठसा ठळकपणे उमटला. त्यांच्या मेहनतीने आणि समर्पणाने बँकेच्या प्रगतीला एक नवा मार्ग मिळाला. जसे बँकिंगच्या विस्तृत आणि समावेशक कामात मामा पुरेसे ठरले, तसंच अभ्युदय एज्युकेशन हायस्कूलच्या विद्यार्थ्यांसाठी ते एक प्रेरणादायी आणि लोकोपयोगी धडपडीचे उदाहरण बनले. धडधाकट नेतृत्व असल्यास, सहकारी संस्था प्रत्येक ठेवीदाराला लाभ आणि जागरूकता देऊन मोठे होऊ शकतात, हे त्यात सर्वांनी पाहिले. तसेच सहकारी संस्थेच्या बढतीत नेतृत्वकर्त्यांची सचोटी आणि सामुदायिक दृष्टी अवश्य हवी, हा सबकही त्यांच्या उदाहरणातून दिसतो. राजकीय सत्ता, मतदारसंघ सेवा आणि सहकारी चळवळीचे एकत्रित दर्शन हेच मामांच्या कार्याची सुंदर गुंफण म्हणावी लागेल.

20

एक संक्षिप्त विराम आणि २००४ चा धक्का

२००० च्या दशकाच्या सुरुवातीला सीताराम "मामा" घनदाट यांनी गंगाखेड मतदारसंघात अपक्ष आमदार म्हणून सलग दोन वेळा विजय मिळवून ठोस विकासकामे केली होती. लोकांनी त्यांच्यावर इतका विश्वास टाकला होता की, सुदृढ रस्ते, शाळांचा विस्तार आणि सहकारी आधारे सुरू झालेले समृद्धीचे वारे या सगळ्यांचा प्रत्यक्ष फायदा ते अनुभवू लागले. पण राजकारणात स्थिरता कधीच नसते. २००४ च्या निवडणुकीत मामांना त्यांची जागा गमवावी लागली. या पराभवाने अनेकांना धक्का दिला – दीर्घकाळ गंगाखेडचा कायापालट करणाऱ्या आणि लोकांच्या मनात खोल रुजलेल्या नेत्याचा पराभव हे अनपेक्षित ठरले. यानंतर मामा काही काळ पदाविना राहिले तरी लोकांसोबत नाते कायम ठेवून, विविध समाजसेवी आणि सहकारी उपक्रम सुरूच ठेवून आपले नेतृत्व निर्माण ठेवले.

२००४ च्या निवडणुका जवळ आल्यावर, दीर्घकाळ अनुसूचित जातींसाठी राखीव असलेला मतदारसंघ परिसीमनानंतर किंवा नियमबदलांनंतर कसा बदलणार, हा मोठा प्रश्न होता. या बदलामुळे जातिनिहाय राजकीय समीकरणे नव्याने तयार होऊ शकत होती. मामा या जागेवर जातिनिहाय आरक्षणामुळे दीर्घकाळ विजयी झाले होते. पण आता जर आरक्षणाची स्थिती बदलली, किंवा त्याच आरक्षणात दुसरा तगडा उमेदवार पक्षाच्या तिकीटावर उभा राहिला, तर मामांसाठी समस्या वाढू शकली. मोठे पक्ष जोमाने निवडणुकीच्या मैदानात उतरल्याने, अपक्ष असलेल्या मामांना, विशेषतः अल्प आर्थिक संसाधने असताना,

या स्पर्धेला तोंड देण्यासाठी प्रचंड कष्ट करावे लागणार होते.

त्याचवेळी, पूर्वी मामांना "बाहेरचा" म्हणून नाकारायचा प्रयत्न करणाऱ्या प्रस्थापितांनी दोन टर्म्स पाहून त्यांच्याविरुद्ध अधिक निगुतीने डाव टाकणे अपेक्षित होते. शक्तिशाली पक्षांनी त्यांचा प्रभाव कमी करण्यासाठी जोरदार प्रचार, मोठी चोहोकडील नेटवर्क व प्रस्थापित यंत्रणा वापरली. ज्या तळागाळातला पाठिंबा मामांना होता, तो आता स्वखर्चाने सतत जोपासणं इतकी सोपी बाब नव्हती. कधी त्यांच्या स्वयंसेवकांना आर्थिक टंचाई, आरोग्य वा दुसऱ्या अडचणी, यामुळे प्रचार अप्रत्यक्षपणे कमी झाला. प्रतिस्पर्धी उमेदवारांनी "आमच्याकडे पक्षाचा मोठा आधार आहे, तुम्हाला इतर अनेक सुखसोयी पुरवू," असे आश्वासन देत मतदारांसमोर मोठा इशारा निर्माण केला.

मतदानानंतर, अनेकांना वाटले की, मामा त्रयस्थ मोठ्या पक्षांच्या कात्रीतून पुन्हा बाहेर पडतील. पण मतमोजणीच्या वेळी त्यांचा पराभव थोडक्या फरकाने जाहीर झाला. हा पराभव सुनिश्चित करण्याइतका होता; ते तिसऱ्यांदा आमदार होण्यापासून वंचित राहिले. मतदारांच्या मनात नाराजी, संशय, उदासपणा या भावना फुलल्या – गंगाखेडने एखाद्या नेत्याच्या नेतृत्वाखाली जे घडते आहे, त्या प्रवासात अडकताना आता अचानक दुसरा कोणीतरी आला तर सगळे अधांतरी की काय, अशी चिंता लोकांनी व्यक्त केली. मामा स्वतःही खचून गेले नसले तरी, हा पराभव त्यांच्या राजकीय प्रवासात नवे वळण ठरले. पूर्वी त्यांनी अनेक निवडणुका हरल्या होत्या, पण राजकारणाच्या पुढच्या टप्प्यातही त्यांनी तग धरला होता. मात्र आता, ते सलग दोन टर्म्स बाद वेगाने गंगाखेडचा कायापालट करणारे आमदार असल्याने यावेळचा पराभव दीर्घकाळ प्रभाव टाकणारा ठरला.

मतदारसंघाच्या परिसीमनाचे बदल हे ठळक कारण मानले गेले, जिथे काही गावांची, जातींची वा भूगोलाची उलथापालथ होते. कधी आरक्षण रद्द होते, कधी लागू होते, आणि तिथल्या राजकीय गणितात नव्या शक्तींचा उदय होतो. कथितपणे मामांनी सर्व समाजगटांना जोडले असले तरी, बदलत्या सत्ताकारभाराने परिस्थिती वाहती ठेवली. याशिवाय, दशकभर सतत तग धरून प्रचार, पुढाकार, लोकांची गरज पूर्ण करताना, मतदारांचे काही घटक "नवीन नेतृत्वाची गरज" म्हणून वावरले असतील, असे मामांनीही मान्य केले.

पराभवानंतर, मामा लोकांपासून दूर जाण्याऐवजी अधिक जवळ आले. काहींनी "पराभूत आमदार थांबून तरी काय करणार?" असा प्रश्न विचारला, परंतु अनेक कुटुंबांना "मामा गेले तरी समस्या तशाच" याची जाणीव होती. म्हणूनच, त्यांनी गावागावात फेऱ्या मारणे थांबवले नाही. बऱ्याच जणांच्या प्रश्नांवर, "आता

मी अधिकृत पदावर नसलो तरी, मी सरकारी अधिकारी किंवा मंत्र्यांकडे भेटीगाठी घेऊन, तुमचा विषय का पुढे नेऊ शकत नाही?" असे ते हसत विचारायचे. त्यामुळे गंगाखेडच्या लोकांना मिळालेले घरंदाज नेतृत्व पूर्णपणे हरवले नाही; उलट, पद नसल्याने जास्त मुक्तपणे ते दैनंदिन सामाजिक उपक्रम आणि सहकारी मंडळींमध्ये सामील झाले. अगदी नाममात्र भावाने सुद्धा मामा काही उपक्रमांना निधी उपलब्ध करून देण्यासाठी, देणगीदारांशी बोलणं, सरकारी योजना समजावून देणं हे करत राहिले. लोकांनीही काहीही प्रश्न असला, तरी "मामा" हे पहिल्यांदा भेटण्यासाठीचे दार मानले.

हाच आशय त्यांनी आपल्या सहकारी आणि सामाजिक उपक्रमांमध्येही जपला. त्यांच्या अगदी सुरुवातीच्या काळात त्यांना आधार देणाऱ्या अभ्युदय बँक, शैक्षणिक संस्थांशी जोडून ते सहकार, मायक्रोफायनान्स, लहान उद्योजक गट, महिला बचत गट अशा वेगवेगळ्या चळवळींना मदत करत राहिले. यांनी गंगाखेड आणि इतर दूर भागातील शेतकरी, छोटे दुकानदारांना आर्थिक गरजांसाठी पर्याय दिला. या प्रक्रिया जास्त "भांडवलशाही नव्हे, तर सामुदायिक सहकार" असली पाहिजे यावर मामा बरेचदा भर देत. सरकारकडे मिळणारा निधी किंवा आमदाराकडे असलेली विकाससूची नसेल; तरी अनेक कार्यकर्ते, जुने ओळखीचे लोक या मार्गाने माघार घेत नव्हते.

नवीन आमदाराने सत्ता हाती घेतल्यावर, त्याने मामांच्या प्रकल्पांची नावे बदलणे, क्रेडिट घेणे वगैरे राजकारण केल्याची दाट शक्यता आहे. काही ठिकाणी नवीन विकासकामांसाठी "त्यांच्याच नावाचे शिलालेख" खिळे गेल्याच्या चर्चा होत्या. तरी लोकांकडे अनुभव होता की, कोणते प्रकल्प प्रत्यक्ष मामांनी राबवले किंवा सुरू करून दिले, ते सहजच माहीत होतं. राजकारण बदलले तरी मामांचा लोकहितासाठी केलेला प्रयत्न आणि प्रकल्पांवरील त्यांचा आदर आणि अधिकार अबाधित राहिला. ते जिथे जात, लोक आदराने सांगायचे, "तुम्ही आमदार नसलात तरी आम्हाला तुमची गरज आहे." यातूनच त्यांच्या नेतृत्वाचा खरा सन्मान आणि मान दिसत होता — पद नसले तरी लोकांच्या विश्वासावर त्यांनी निर्माण केलेला आदर कायम होता.

मामांना हा २००४ चा धक्का विनम्र करणारा असला तरी, त्यांच्या जिद्दीत मोठा फरक पडला नाही. "आता मी पुन्हा निवडणूक लढवेन," असे काही त्यांनी त्वरित जाहीर केले नाही. तो काळ सहकारी व सामाजिक कामांसाठी समर्पित ठेवून, "गंगाखेडच्या लोकांना जेव्हा गरज वाटेल, तेव्हा मी उभा राहीन," अशी भूमिका घेत ते थांबले. केंद्रीय धोरणांतील बदल, बदलता राजकीय भूमिती,

मतदारांच्या बदलत्या गरजा – या सर्वांचा त्यांना तटस्थ अवलोकन करता आला. यामुळे, त्यांच्या पुढील असणाऱ्या राजकीय पायऱ्या अधिक समृद्ध अनुभवासह असणार होत्या.

काळ सरला तसा काहींनी "पराभवाने मामा थंडावले," असा आरोपही केला, तर इतरांनी "ते आता सत्तेपेक्षा समाजकार्यासाठी दिलेला वचनबद्ध नेता," अशी दाद दिली. गंगाखेडमध्ये काही जण म्हणायचे, "परत निवडणुका येतील तेव्हा मामा यांचे नाव लोकांना आठवेल." तर काही निंदक भीती व्यक्त करायचे, "मामा फक्त सामाजिक कार्यात गुंतले आहेत, त्यामुळे सत्ता आणि नवे प्रकल्प यांमध्ये त्यांना अधिकृत भागीदारी मिळणे कठीण आहे," अशी काही निंदकांची भीती व्यक्त होत होती. मात्र, लोकांना माहीत होते की, नेतृत्व ही फक्त निवडणुकीत दिसणारी गोष्ट नसून, स्थानिक लढ्यांमध्ये सतत जो साथ देतो तोच नेता. मामा या अपेक्षेलाही तंतोतंत उतरले.

अशा रीतीने २००४ मधील पराभव हा त्यांच्या नावावर एक "विरामचिन्ह" ठरला, पण अंतिम अवधि नव्हता. त्यांनी राजकीय सततचे जाण आणि लोकाभिमुख तत्त्व जपत कधीही निवडणुकीबाहेर नसल्यागत वावर सुरू ठेवला. या दरम्यान स्थानिक मदतनीसांचे प्रशिक्षण, परिसरातील युवकांना सामाजिक नेतृत्वाची तत्त्वे शिकवणे, सहकारी संस्थांना भांडवली मदत मिळवून देण्यासाठी मदत अशा कामांत ते रमले. हा काळ त्यांचे "अधिकृत पद नसले तरी उद्देश कायम" असल्याचे सत्य समोर आणतो.

निवडणूक जिंकण्यापेक्षा वेगवेगळ्या स्वरूपात लोकहित सांभाळणेच खरे नेतृत्व असते, याचे जाज्वल्य उदाहरण मामा ठरले. मतदारसंघात ते मागे पडले असले, तरी लोकांच्या मनात "आपले नेते" म्हणून त्यांचे स्थान कायम राहिले. इतकेच नव्हे, तर "उद्याची निवडणूक जिंकली वा हरली, आपले काम अखंड चालू ठेवायचे," अशी ठाम भूमिका घेऊन ते पुढच्या प्रवासासाठी सज्ज राहिले. २००४ चा धक्का त्यांना नम्रपणे थांबवू पाहत होता, पण गंगाखेडच्या जनतेवरील त्यांचा आदर, ओढ आणि कार्याची जाज्वल्य भावना आजही ताठून उभी राहिली आहे.

21

२००९ मध्ये पुनरुत्थान - तिसरा टर्म विजय

२००४ मध्ये गंगाखेडची जागा गमविल्यानंतर सीताराम "मामा" घनदाट यांची अपक्ष आमदार म्हणूनची वाटचाल संपल्यासारखी भासत होती, असे अनेक राजकीय विश्लेषकांचे मत होते. १९९५ आणि १९९९ अशा दोन निवडणुकांत ते सलग विजयी झाल्याने गंगाखेडमध्ये त्यांनी विकास आणि लोकाभिमुखता यांच्यावर आधारित राजकारणाचा पाया घातला होता. तरीही २००४ मध्ये त्यांचा पराभव झाला आणि राजकीय वारा तात्पुरता बदलला. यानंतरही मामा गंगाखेडमध्ये सहकारी संस्थांमधील सहभाग, सामाजिक कामे, ग्रामसमित्यांमध्ये लोकांना मार्गदर्शन अशा विविध पद्धतींनी कार्यरत राहिले. पुढील पाच वर्षांत मतदारसंघाला अनुसूचित जातींसाठी राखीवऐवजी सर्वसाधारण श्रेणी दिली गेली, जेथून अनेक नव्याने उमेदवार येऊ लागले. मोठ्या पक्षांचाही या मतदारसंघाकडे कल वाढला. या पार्श्वभूमीवर २००९ मध्ये मामा यांनी पुन्हा निवडणूक लढवून तब्बल १६ हजार मतांनी विजय मिळवला. या तिसऱ्या विजयात त्यांनी एका मंत्रीपदावरील नेत्याला आणि भाजपच्या दिग्गज उमेदवाराला मागे टाकले. या निकालाने दाखवून दिले की त्यांनी पूर्वी ज्या आरक्षणाच्या जागेतून विजय मिळवला होता, तो निव्वळ योगायोग नव्हता; तर सर्वसाधारण मतदारसंघातही जात, अर्थबळ, विशाल पक्ष संघटना यांच्यावर मात करून ते विजयी होऊ शकतात.

नव्वदच्या दशकात गंगाखेड हा अनुसूचित जातींसाठी राखीव मतदारसंघ होता, ज्यातून ऐतिहासिकदृष्ट्या वंचित घटकांना प्रतिनिधित्व लाभले. तथापि,

लोकसंख्येतील बदल, निवडणुकीचे नवे नियम आणि परिसीमन यांनुसार आरक्षण बदलले गेले. २००९ मध्ये गंगाखेडला सर्वसाधारण श्रेणीत घेण्यात आले. अनुसूचित जाती-आरक्षण नसताना येथील निवडणुकीवर अनेक चुरसशाली उमेदवारांनी डोळा ठेवला. मामा यांच्या दृष्टीने ही स्थिती एकीकडे संधी देणारी आणि दुसरीकडे प्रखर स्पर्धाही वाढवणारी ठरली. २००४ च्या पराभवानंतरही त्यांनी स्थानिक सहकारी आणि शैक्षणिक उपक्रम सुदृढ करण्यावर भर दिला. मतदारसंघातील लोकांनी "कष्ट करणारा नेता" म्हणून त्यांना पुन्हा निवडणुकीत उतरायला प्रवृत्त केले, कारण पूर्वीच्या कार्यकाळात रस्ते, पाणी, शिक्षण, सहकार या क्षेत्रांत मूलभूत बदल दिसून आले होते.

पाच वर्षांपूर्वीचा पराभव मनात ठेवून मामा विचार करीत होते की, शक्तिशाली पक्षीय नेत्यांकडून मोठे आव्हान येणार हे निश्चित होते. तरीही त्यांनी स्वमताने अपक्ष राहणे पसंत केले. अनेक पक्षांनी तिकीटाचे आमिष देऊन, "भक्कम साधने मिळतील," असा युक्तिवाद केला. मात्र मामा "मला लोकांनी घडवले, पक्षाने नाही," या भूमिकेवर ठाम राहिले. मतदारांसोबत जुळलेला संबंध, वर्षानुवर्षे केलेल्या प्रत्यक्ष प्रयत्नांचा वारसा हेच मोठे भांडवल असल्याचे ते सातत्याने सांगत.

२००९ च्या निवडणुकीत मामा यांच्या वाट्याला दोन बलाढ्य विरोधक उभे राहिले. एक सत्ताधारी पक्षातील विद्यमान राज्यमंत्री – ज्यांच्याकडे सरकारच्या पदाचे पूर्ण वजन, साधनसंपत्ती, तसेच शासकीय कार्यक्रमाचा दबदबा होता. दुसरे उमेदवार भाजपचे, ज्यांना महाराष्ट्राच्या राजकारणात मान्यता मिळालेली होती आणि राष्ट्रीय पक्ष म्हणूनही त्यांची संघटना अव्वल. पैशाचा पुरवठा, प्रचारयंत्रणा, तंत्रज्ञान, गणिती रणनीती अशा सर्व बाबींमध्ये हे दोघेही सामर्थ्यवान म्हणून ओळखले जात होते. यापुढे मामा अपक्ष आधाराने काय करणार, असे बरेच जण विचारू लागले. पण मामा यांनी नेहमीप्रमाणे लोकोन्मुख प्रचार आखला: भरमसाट जाहिराती न करता, छोट्या सभा, घर भेटी, वैयक्तिक संवाद यावर भर. समारंभातील आवाहन वा छोट्या तात्पुरत्या जाहीर सभांपेक्षा गावागावांमध्ये फिरून लोकांना "मी पुन्हा आलोय," हे दाखवत, जुने कामाची आठवण करत, "तुम्ही अथकपणे पाठिंबा दिला, मी तुमच्यासाठीच काम करणार," अशी रसाळ साद घालणे. एखाद्या कागदावरील दणक्यात जाहिरातीपेक्षा प्रत्यक्ष त्यांच्या डोळ्यांत लोकांना त्यांचे विसर्जित अडचणी ऐकून घेणारा नेता पुन्हा दिसू लागला.

मतदानानंतर, अनेकांना सुरुवातीला वाटले की या वेळी शर्यत खूप टोकाची असेल. राज्यमंत्र्यांच्या पतावर व भक्कम पक्षियंत्रणेमुळे मामा पिछाडीवर

रहातील, अशी शंका व्यक्त झाली. पण मतमोजणी झाली तेव्हा मामांनी १६ हजार मतांनी विक्रमी विजय मिळवला. २००४ मधील पराभवानंतर तिसऱ्यांदा आमदार बनत त्यांनी "एक-दोन वेळचा अपघात" ही आपल्या विजयाबद्दलची शंका विरघळवली. सत्तेत असलेला मंत्री आणि भाजपचा सामर्थ्यवान उमेदवार या दोघांवर मात झाल्याने गंगाखेडमध्ये लोकांनी कोणाला प्राधान्य द्यायचे, हे स्पष्ट झाले. अनेक मतदारांनी नमूद केले की, "अमुक पक्षाचे मंत्रालय असो वा अमुक मोठे पक्षाचे वचन असो, आमच्यासाठी त्यांनी दीर्घकाळ व्यावहारिक कामे केलेली नाहीत. मामा यांनी दिलेली ठोस कामे मात्र समोर दिसतात."

सर्वसाधारण जागेवर मिळालेला विजय हा बाबीदेखील महत्त्वाचा ठरला. २००४ पर्यंत अनुसूचित जातीसाठी राखीव असलेल्या मतदारसंघात मामा लोकप्रिय झाले होते, त्यास "ते दलित म्हणून मतं मिळवतात," अशी टीका झाली होती. आता आरक्षण नसताना, सर्व जातिधर्मातील माणसांनी त्यांना तितकाच मोठा पाठिंबा दिला, हे त्यांच्या लोकाभिमुख दृष्टिकोनाचे फलित मानले गेले. गरीब, उच्चवर्णीय, छोटे व्यापारी, अल्पसंख्याक, शेतकरी अशा साऱ्यांनी मामा यांना सोबती दिला.

विजयाचे फलित जाहीर होताच संपूर्ण गंगाखेड गावागावात आनंदाचा जल्लोष पाहायला मिळाला. नाच, चढलेले जल्लोषाचे वारे, मधेमधे मुले-मुलींचे अभिनंदनपर गान यामुळे एखादा सणच साजरा झाल्यासारखे वाटले. मामा नेहमीप्रमाणे नम्र स्वभावाने "आता मोठे आव्हान आहे, गंगाखेडला स्थायिक प्रगती अजून अनिवार्य," असे सांगून पुढील काळासाठी सज्ज झाले.

मामांना पुन्हा २००४ मधील पराभवानंतरचे रखडलेले प्रकल्प राबवायचे होते. शिक्षणक्षेत्रातील सुधारणा, विहिरींचे खोलीकरण, रस्त्यांचे डांबरीकरण व रुंदीकरण, पिण्याच्या पाण्याचे व्यवस्थापन, महिला बचत गटांना अर्थसहाय्य, युवकांना उद्योगशीलतेकडे वळवणे – अशा अनेक कामांची यादी तय्यार होती. अवघड आर्थिक परिस्थितीतून गंगाखेडमध्ये प्रकल्प तग धरून राहणार, हे पक्के करणे हेही उद्दिष्ट होते. काही नव्या भागांचा या मतदारसंघात समावेश झाल्यामुळे "प्रत्येकाला विकासाचा न्याय" देणे, योग्य समतोल साधता यावा, अशी त्यांच्या योजना. त्यांनी प्रथम स्थानिक समित्यांशी संवाद वाढवला, "आम्ही उपेक्षितरित्या राहणार नाही," याबद्दल दुजोरा दिला.

२००९ च्या या विजयामुळे राज्यभरात संदेश गेला की, लोकशाहीमध्ये निधी किंवा पक्षसत्तेला फक्त महत्व नाही, तर ठोस परिणाम घडवून आणणाऱ्या नेत्याला अखेर लोक पसंती देतात. पाच वर्षांच्या अपयशानंतरही लोकप्रियता

टिकवणे, आणि अगदी वाढत्या मतांनी पुनरागमन करणे हे खूप कमी नेत्यांना साधते. त्यांच्या या तिसऱ्या विजयाने त्यांच्या "मामा ब्रँड"ला अधिक बळ मिळाले. तज्ज्ञांनी "खऱ्या अर्थाने या भागात आर्थिक व सामाजिक घडामोडींचे कारभारीच ठरले आहेत," अशी प्रतिक्रिया दिली. "पक्षप्रणीत आश्वासने पुरेशी नसून, लोकांना दिवसेंदिवस कोण जोडीला असतो, ते पाहायचे असते," असे बरेच भाष्यक आले. ग्रामपातळीवरही, "मामा एकहाती राहिले, जे मोठ्या पक्षांच्या क्षितिजात समाविष्ट न होता, त्यांच्या धोरणात त्यांना सामील न होता," अशी चर्चा झाली.

नवनिर्वाचित आमदार म्हणून मामा यांनी लगेच विकासाची दुसरी लाट उभारण्यासाठी भर दिला. प्रथम, दुर्लक्षित प्रकल्पांना गती दिली; अनेकांना सरकार किंवा आमदार निधीतून पुढे रेटले. काही वर्षांच्या अपर्थक अडचणींनंतर, रस्ते व सिंचन तुंदुभरपणे चालवताना तोकडे अधिकार नसले तरी त्यांनी राज्याच्या मंत्रिमंडळाशी लवाद साधला. परिणामी गंगाखेडच्या बहुतांशी भागातील कालवे, विहिरींच्या खोलीकरण योजना, पावसाचे जलसंचय, वैद्यकीय सुविधा, शिक्षणव्यवस्था ठोस आणि सामर्थ्यवान झाली. प्रत्येक प्रकल्पात तळागाळातील समित्या स्थापन करून "अपारदर्शक राजकारणापेक्षा लोकनियुक्ती," अशी भूमिका घेतली गेली. त्यामुळे ग्रामस्वराज्याचा विचारही वृढ झाला.

मामांनी अनेकदा मतदारांना सांगितले की, "माझे निवडणूक जिंकल्याने सर्वकाही संपले असे नाही. खरे आव्हान पाच वर्षे उभे असते." ते कितीही दैनंदिन सभा, बैठका, कार्यशाळा, मेळावे, गावभेटी करतात, तरी प्रत्येक प्रश्नाचे निराकरण ओढून आणण्यात त्यांची रसिकता कमी होत नसे. शिक्षण, रोजगार, महिला सक्षमीकरण अशा क्षेत्रात ते सहकारी मोडमध्ये कार्यरत असत. गंगाखेडला २००४ ते २००९ यादरम्यान ज्याचा अभाव जाणवला होता, तो "कार्यकुशलता + समाजहित" हा गुण पुन्हा फुलायला सुरुवात झाली.

या तिसऱ्या विजयामुळे मामा यांना अधिक अनुभव व अमर्याद उत्साह मिळाला. लोकांनी "तुम्ही आमदार असता तेव्हा आमच्या गावाचा कायापालट झाला," अशी आठवण दिली. ते पुन्हा "आम्ही पुढच्या पिढीसाठी आणखी मजबूत पाया तयार करू," असा शब्द देत. अपेक्षा वाढल्याने कामादरम्यान तणावही वाढत होता, परंतु त्यांनी कधीही लोकसंवाद कमी केला नाही. "मी जनतेचा माणूस आहे," हे सत्य त्यांनी पुनः पुन्हा सिद्ध केले. स्थानिक शासकीय अधिकारी, कारखानदार, सहकारी गट अशा सर्वांशी ते विविध प्रकल्प नजरेखाली ठेवून संवाद साधत. सहकारी संस्थांमधील सक्रिय सहभाग व सामाजिक उपक्रमांना चालना अशा कृतींनी त्यांचे स्थान अनन्य राहिले.

अशा प्रकारे, २००९ मधील तिसऱ्या टर्मचा विजय हा मामा यांच्यासाठी राजकीय पुनरागमनापेक्षा अधिक ठरला. सर्वसाधारण मतदारसंघात, प्रतापशाली पक्षांना विरोध करून विजयी होण्यामागील खंबीर कारण म्हणजे मतदारांशी त्यांची जुळून गेलेली नाळ आणि "काळापुढेही नेतृत्व देऊ शकतो," अशा विश्वासाने उभे असलेले व्यक्तिमत्त्व. हा विजय लोकशाहीच्या चढउतारांना मुक्त मान्य करणारी वस्तुस्थितीही सिद्ध करतो, कारण आर्थिक सामर्थ्य व पक्षवजन असलेल्यांवरही तळागाळातील सहकार्याने यश मिळता येते. गंगाखेडसारख्या शेती, ग्रामीण आणि सतत समस्यांनी घेरलेल्या भागात मामा यांची कार्यशैली "लोकस्नेही, नेतृत्व विना अहंकार, व्यवस्थेवर काटेकोर नजरेने लक्ष" अशा पैलूंनी उजळली. त्यामुळे गंगाखेडमध्ये पुढील पाच वर्षेही विकास व उत्तरोत्तर वाढलेली लोककल्याणाची लाट दिसेल, असा विश्वास स्थानिकांनी व्यक्त केला. तिसऱ्या टर्ममध्ये, त्यांनी त्यांच्या आधीच्या अनुभवांवर आधारित उद्दिष्ट साध्य करायचे ठरवले – एक आनंदी, ऊर्जावान आणि सर्वसमावेशक राजकीय रंगमंच उभा करणे.

22

पुढील विकासात्मक टप्पे

२००९ मध्ये सीताराम "मामा" घनदाट यांनी गंगाखेडची जागा अपक्ष म्हणून जिंकून तिसऱ्यांदा आमदारपद मिळवले, तेव्हा त्या कालावधीत त्यांची आधीच्या दोन कार्यकाळांत उभारलेली विकासाची पायाभरणी अधिक बळकट झाली होती. पहिल्या दोन टर्ममध्ये रस्ते, शैक्षणिक पायाभूत सुविधा, सहकार प्रणाली आणि लोकाभिमुख कार्यक्रम राबवून गंगाखेडचा चेहरामोहरा बदलण्यात मोलाची कामगिरी करणाऱ्या मामांनी या नव्या टप्प्यात विशिष्ट धोरणात्मक प्रकल्पांना चालना दिली. एकीकडे पाणीपुरवठा आणि वीज वितरण सुधारून शेती आणि लघुउद्योजकांना भक्कम आधार द्यायचा, तसेच समाजकल्याणात्मक कार्यक्रमांना बळ देऊन एक व्यापक आणि सर्वसमावेशक प्रगती साधायची, हा त्यांचा दृष्टीकोन स्पष्ट होता.

गंगाखेडचा मोठा भाग अर्धकोरडवाहू आणि अविश्वसनीय पाऊसमानामुळे त्रस्त असल्याने पाण्याचे नियोजन हा नेहमीच गंभीर मुद्दा राहिला आहे. २००९ मध्ये आमदारपदावर परत आल्यावर मामांनी सर्वांगीण पद्धतीने पाणीपुरवठा उभारणे हे प्राधान्य धरले. शेतकऱ्यांनी अनियमित पावसावर अवलंबून न राहता भरोसेमंद सिंचनाचा लाभ घ्यावा, यासाठी त्यांनी मोठ्या जलउपसा योजनांवर भर दिला. गोदावरीसारख्या नद्यांचा स्तर चांगला राखून त्यातून दूरच्या शेतांमध्ये पाणी पोहोचावे, तसेच धरणांतील जलसाठ्यातून कालव्यांचे जाळे वाढवावे, अशा योजना त्यांनी पाटबंधारे अधिकाऱ्यांसोबत ठरवल्या. नोकरशाहीची दिरंगाई आणि आर्थिक मंजुरीच्या किचकट प्रक्रियेला सामोरे जाऊन त्यांनी अनेक जलप्रकल्प मार्गी लावले.

दुसरीकडे पिण्याच्या पाण्याबाबतही दुर्गम पाड्यांपर्यंत सोय पोहोचावी, म्हणून बहुगाव पाईपलाईन योजना त्यांनी कार्यान्वित केल्या. या योजना घराघरांत पाणी नेऊन देण्यासाठी मध्यवर्ती जलसाठ्यांच्या जोडणीवर आधारित होत्या. त्यांचे मुख्य वैशिष्ट्य म्हणजे गावस्तरीय समित्यांमार्फत व्यवस्थापन व देखभाल करणे. त्यामुळे प्रकल्प शाश्वत रीतीने चालू राहिला, तांत्रिक बिघाड वा अनियमित पुरवठा यांना सामोरे जाण्यासाठी स्थानिक तयार झाले. हे करत असताना मामा ठिबक सिंचन, ड्रिप इत्यादी पाण्याची कार्यक्षमता वाढवणाऱ्या तंत्रांची अंमलबजावणी करण्यास प्रोत्साहित करू लागले. काही ठिकाणी सबसिडीची तरतूद, तांत्रिक प्रशिक्षण, तज्ज्ञांशी शेतकऱ्यांची गटचर्चा अशा गोष्टींनी या प्रणाली प्रस्थापित झाल्या आणि एकूण पीकउत्पादनात सुधारणा दिसून आली.

वीजपुरवठ्याबाबतही अशाच पद्धतीने मूलभूत सुधारणा केल्या गेल्या. जिथे आधी मूलभूत विद्युतीकरण झाले होते, तिथे व्होल्टेजचे अस्थिरपण आणि ओव्हरलोड झालेल्या ट्रान्सफॉर्मरमुळे वारंवार वीजनियमन समस्या निर्माण होत. मामा यांनी ३३ केव्ही उपकेंद्रांच्या स्थापनेसाठी पाठपुरावा केला, ज्यामुळे सिंचनपंपांना स्थिर वीज मिळाली आणि शेतकऱ्यांचा ऊर्जावापर कमी खर्चात झाला. काही वर्षापूर्वीचे जुने ट्रान्सफॉर्मर नसत्या अडचणी घडवीत, म्हणून मामा विद्युत मंडळाकडे मागणी करत अकार्यक्षम टप्पे बदलले गेले. तसेच, वीजचोरीची समस्या काही भागांत गंभीर होती. मामा यांनी जनजागृती मोहिमेद्वारे अनधिकृत टॅपिंगवर हल्लाबोल केला. "वीजचोरीमुळे अखेर सर्वांना वीज कमी मिळते," असा संदेश देत त्यांनी स्थानिक दक्षता वाढवली. औद्योगिक विकासाला चालना देण्यासाठी लघुउद्योजकांना अखंडित वीज मिळवणारे समर्पित पॉवर फीडर उपलब्ध व्हावेत, असा आग्रहही त्यांनी धरला. यातून लघु उद्योगांना स्थिर वीजपुरवठ्याची शाश्वती मिळाली आणि स्थानिक व्यापार वाढीस लागला.

पायाभूत सुविधांच्या पलिकडे मामा यांनी अर्थव्यवस्थेची मूळ राखणाऱ्या सहकारी उपक्रमांना बळकटी दिली. गंगाखेडसह आजूबाजूच्या भागात सिंचन, कालव्यांचे पुनर्वसन, पाणलोट संवर्धन आणि लघुपाटबंधारे हे मोठे प्रकल्प त्यांनी पुढे रेटले. कमकुवत मान्सूनमुळे शेती धोक्यात येऊ नये, यासाठी तलाव, चेकडॅम, लघु जलसाठे अशा विविध उपायांनी जमिनीतील पाण्याची पातळी चांगली राखण्याचा प्रयत्न झाला. सहकारी संस्थांच्या माध्यमातून शेतकऱ्यांना एकत्रितपणे माल खरेदी-विक्रीची संधी देण्यात आली, ज्यातून दलालांचे नुकसान आणि शेतकऱ्यांचा नफाही वाढला. कधी धान्य साठवणूक, कधी कर्जपुरवठा, कधी कृषी विमा – याबाबत मामांनी आग्रह धरला, "शेतकऱ्यांना अडचणीच्या काळात

सावरण्यासाठी सामुहिक शक्ती लागते." त्यामुळे सहकारामुळे शेतकऱ्यांना हमीभाव आणि संरक्षण मिळाले. नैसर्गिक आपत्तीत विमा योजनेत सुधारणा करून सरकारी मदतीचा लाभ जास्तीत जास्त गरजूंना मिळवून दिला.

मामांच्या तिसऱ्या कार्यकाळात उपेक्षित घटकांवर विशेष कल्याणपर पावले पडली. त्यापैकी खास दर्शनीय कृती म्हणजे अल्प उत्पन्नाच्या कुटुंबांसाठी मोफत सामूहिक विवाह सोहळे. लग्नाचा मोठा खर्च टाळण्यासाठी सामूहिक विवाहांचे आयोजन करून कपडे, विधी, कार्यक्रमाची भोजनव्यवस्था आदी तपशील आमदार निधीतून किंवा लोकवर्गणीतून करा, अशी कल्पना त्यांनी राबवली. त्यामुळे आर्थिक ओझे न वाढवता लग्नमोहोत्सव साजरा करता आला, शिवाय अनेक आंतरजातीय जोडपीही यात सहभागी होत समाजात सलोखा वृद्धिंगत झाला. तसेच, अशक्त व अतिसंवेदनशील गटांना (उदा. ज्येष्ठ नागरिक, अनाथ, दिव्यांग) थेट अनुदान किंवा सुटसुटीत मदत मिळावी, यासाठीही मामा प्रयत्नशील राहिले.

आरोग्यविषयक कार्यात त्यांनी पुढे जाऊन प्राथमिक आरोग्य केंद्र आणि ग्रामीण रुग्णालयांना सुधारले. अनेक ठिकाणी आवश्यक उपकरणांचा अभाव, दर्जाहीन इमारती किंवा डॉक्टर-कर्मचाऱ्यांची कमतरता होती. मामांनी निधीची तरतूद करून, स्थानिक यंत्रणांशी संवाद साधून या केंद्रांना अद्ययावत केले. काही ठिकाणी छोटी शस्त्रक्रिया होऊ शकतील इतपत तयारी केली गेली. दुर्गम वस्त्या वा गावांतील लोकांसाठी फिरत्या वाहनातून आरोग्यसुविधा मिळाव्यात, लसीकरण, रक्तदाब तपासणी, कुपोषण तपासणी इत्यादी होते, अशा उपक्रमांवर भर दिला. केवळ वैद्यकीय उपचार न करता, रोगप्रतिबंध आणि स्वच्छतेबाबत गावकऱ्यांना मार्गदर्शन करण्यातही पुढाकार घेतला.

या तिसऱ्या टर्ममध्ये मामा यांनी पूर्वीचे प्रशासनिक पद्धत कायम ठेवली – प्रत्येक प्रकल्प सामुदायिक सहभागाने व पारदर्शकरीत्या राबवायचा. या उद्देशाने ते आंतरविभागीय समित्या, समुदाय चर्चासत्र, जाहीर सभा असे कोणतेही साधन सोडत नसत. अनेकदा आमदार निधी देताना स्थानिक पातळीवर बारकाईने विचार केला जाई – ज्यामुळे बेछूट खर्च टाळला गेलेला असायचा. लोकांना नेमक्या समस्यांच्या अचूक तोडग्यांवर भर पडला. एकसष्ठ संसाधने वेगवेगळ्या भागात तितकीच फायदेशीर ठरल्याची खात्री त्यांनी स्वीकारलेल्या काटेकोर भूमिकेतून मिळाली. शिवाय या प्रयत्नांच्या देखरेखीसाठी गावकऱ्यांनाच समित्या स्थापन करून विश्वास दिला, ज्यामुळे "स्वयंनिर्णय व उत्तरदायित्व" या विचारांना खतपाणी मिळाले.

यानंतर सहकारी मॉडेल्स आणि स्थानिक पातळीवर निवडक क्षेत्रांत घेतलेली उद्दिष्टे एकत्रितपणे स्वावलंबी अर्थविकास घडवू शकतात, हे सिद्ध झाले. सिंचन आणि वीजपुरवठा यामुळे वाढलेली शेतीची उत्पादकता, सहकारी संस्थांसोबतची भागीदारी यामुळे दलालांवर अवलंबित्व कमी झाले. मतदारांचे अर्थसंगोपन जास्त समर्थ बनले. याचबरोबर मोफत सामूहिक विवाह, ज्येष्ठ नागरिकांवरील विशेष दृष्टी, महिला बचतगटांचं प्रोत्साहन, अशा कल्याणपर कार्यक्रमांनी कुटुंबांवरील आर्थिक ताण कमी झाला. मामा यांनी वारंवार लोकांना प्रकल्प सर्वसाधारण दिखावूपेक्षा कार्यक्षम असला पाहिजे, असे सांगितले. "विकास म्हणजे फक्त कामाला मंजुरी देऊन खानापूर्ती नाही, तर शेवटच्या व्यक्तीपर्यंत लाभ पोहोचल्याची खात्री करणे," अशी त्यांची भूमिका स्पष्ट होती. तिसऱ्या टर्ममध्येही त्यांनी प्रकल्पांना कुठल्याही राजकीय रंगदेण्यापेक्षा "ही आपली सामूहिक मालकी" ही भावना वृद्धिंगत केली.

मामांनी एकंदरीत जाणीवपूर्वक हे पक्के केले की, सत्ता मिळाली, म्हणून केवळ उपक्रम घोषित करणं पुरेसं नाही, तर ते व्यवस्थित अंमलात आणताना लोकांचाच सहभाग कसा असेल, हे महत्त्वाचे. ग्रामस्तरीय समित्या व पंचायत राजपुरस्कार वाढवताना, ते किंवा नोकरशहा कोणतेही एकट्याने निर्णय घेऊ नये, असा आग्रह होता. परिणामी अनेक गावांत सामुदायिक सूक्ष्मदृष्टी, झालेल्या प्रगतीचा नियमित आढावा, गरज असलेल्या कामांची अचूक माहिती ही उपलब्ध होऊ लागली. अशामुळे प्रकल्प अधिक काटेकोरपणे पूर्णत्वास गेले.

मामांचा तिसरा कार्यकाळ हा "जे आधी झाले ते पुढे वाढविणे" एवढ्यापुरता मर्यादित नव्हता, तर पुढील पाच-दहा वर्षांच्या भक्कम पायावर आधारित विविध योजना मांडण्यात त्यांनी पुढाकार घेतला. सिंचनात अधिक शाश्वतता, वीजपुरवठ्यात आधुनिकीकरण, शाळा आणि वैद्यकीय सुविधांचा विस्तार, सहकारी मंडळांची आर्थिक चनत आणि गावोगावी सांस्कृतिक ऐक्य – अशा सतत बदलावाऱ्या घटकांवर त्यांचा भर राहिला. "परिणाम हा केवळ दोन-पाच वर्षांसाठी नसून पुढच्या पिढीचे चित्र सुधारेल" अशी त्यांची स्पष्ट धारणा असल्यानेच ग्रामीण भागात लोकांनी "आमचा नेता जुना असला तरी विचार किती पुढचा," असे गौरवोद्गार काढले.

मामांच्या नेतृत्वात "शासन कसे घडवावे" हा प्रशासकीय आदर्श गंगाखेडमध्ये निर्माण झाला. अनेक तप निघून गेल्याने लोकांच्या गरजा वाढल्या, तंत्रज्ञानही वाढले, पण मामा यांनी अत्याधुनिक दृष्टीकोनाशी आपली जनाधारित पद्धत मिसळवली. अक्षरशः गंगाखेडचे स्वावलंबी दर्जा ऊंचावला; गावच्या ग्रामसभेला

बोलावून मनमिळावू पद्धतीने समस्यांचे निराकरण करणे, सहकारी संस्थांकडून काटेकोर पण लोकाभिमुख नफा-धोरण राबवणे, आणि कल्याण कार्यक्रमांना आमदार निधीतून, सामाजिक देणग्यांमधून वित्तपुरवठा करणे – अशातून विकास अधिक खोलवर उतरत राहिला.

तिसऱ्या कार्यकाळाच्या शेवटी अनेक क्षेत्रांत चांगली प्रगती दिसून आली. अर्थपूर्ण बदलांना मामा नेहमी "एकवेळचे प्रकल्प नव्हेत, तर कार्यप्रणाली टिकून राहील असं बघणं महत्त्वाचं," असे म्हणत. शेतकऱ्यांना हमीभाव व विमा, मजुरांना रोजगार हमीची योजना, तरुणांना मार्गदर्शन, मुलींना शिक्षणासाठी शिष्यवृत्ती वगैरे अनेक गोष्टींचे पेव फुलले. स्थानिक स्तरावर लोक गुंतले गेले, तर ताठर बड्या पक्षांच्या शक्तीपेक्षा तळागाळातील सहभाग कायम विनम्र पण परिणामकारक असल्याचे सिद्ध झाले.

सारांशाने, तिसऱ्या टर्ममध्ये मामा यांनी आपल्या पूर्वीच्या कार्यकाळात जे काही पेरले, त्याला अधिक काटेकोर आणि व्यापक स्वरूप दिले. पराभवानंतर पुनरागमन करून मिळविलेल्या विजयाने ते जास्त जोमाने तळागाळातल्या लोकांच्या सेवेकडे वळले. सिंचन योजना, वीज वितरण, सहकारी मांडणी, समाजकल्याणकारी उपक्रम आणि गावोगावी संयुक्त चर्चा अशा विविध पद्धतींनी "लोकांच्या गरजा सर्वांगीण पूर्ण करणारा प्रगतीचा ध्यास" त्यांनी घेतला. चार-पाच वर्षांत झालेल्या बदलांमुळे हा भाग अगदीच स्वयंसिद्ध तर होणार नाही, पण दीर्घकाळ स्थिर सुधारणा होईल, यावर भर त्यांनी दिला. मामा यांनी नेहमी अधोरेखित केले की, नेते एखादा प्रकल्प सुरू करून जाईलही, पण तो तुमच्या पुढच्या पिढीपर्यंत चांगल्या स्थितीत टिकावा यासाठी लोकसहभाग, सहकार आणि पारदर्शकता ह्यांना पर्याय नाही.

23

राजकीय मान्यवरांशी असलेले संबंध

सीताराम "मामा" घनदाट यांचा गंगाखेडमध्ये स्वतंत्र आणि समाजाभिमुख नेता म्हणून उदय झाला तेव्हा त्यामागे केवळ तेच नव्हते, तर राजकीय क्षेत्रातील अनेक दिग्गजांशी त्यांचे पडद्यामागील संबंधही त्याला पूरक ठरले. बाळासाहेब ठाकरे, गोपीनाथ मुंडे, प्रमोद महाजन, शरद पवार आणि लालकृष्ण अडवाणी अशा नावाजलेल्या नेत्यांबरोबरचे त्यांचे जवळचे ऋणानुबंध पक्के होते. या संबंधांमध्ये फक्त औपचारिक राजकीय व्यवहार नव्हता; त्यात बहुतेक वेळी परस्पर सन्मानाचे आणि गंगाखेडच्या लोककल्याणासाठी आवश्यक त्या साधनसंपत्तीचा उपयोग करून घेण्याची मोकळी भावना होती.

बाळासाहेब ठाकरे यांच्याशी मामांचे नाते विशेषच होते. शिवसेनेचे संस्थापक म्हणून ठाकरे यांचा खास दणकटपणा, उत्तेजक राजकारण आणि महाराष्ट्राभिमान प्रखर होता, तर मामा अधिक संथ, शांत आणि थेट लोकांशी पडती घालणारे व्यक्तिमत्त्व. तरीही, महाराष्ट्रातील उपेक्षित घटकांच्या जीवनात सुधारणा करण्याबद्दलच्या इच्छेतून त्यांच्या नात्याला आधार मिळाला. १९९५ मध्ये मामा अपक्ष म्हणून प्रथम निवडून आल्यावर ठाकरे यांनी एकदा त्यांना मंत्रिपदाचा प्रस्तावही दिला होता. मामांनी अल्प शिक्षणाचे कारण पुढे करत नम्रपणे नकार दिला; त्यामुळे ठाकरे यांना त्यांच्या साधेपणाची आणि लोकोन्मुखतेची अधिकच खात्री पटली. पुढे सामाजिक उपक्रमांसाठी, विशेषतः अनाथ मुलांच्या मदतीसाठी, मीनाताई ठाकरे यांच्या नावाने होणाऱ्या कामांमध्ये किंवा शिवसेनेच्या धर्मादाय कार्यक्रमांमध्ये मामांनी सहकार्य केले. मामा जरी

अपक्ष असले तरी, गंगाखेडच्या हितासाठी वेळोवेळी ठाकरे यांच्याशी बोलत असत. कधी कधी सिंचन वा रस्त्याचे एखादे फाईल वर थांबले असले तर ठाकरे यांच्या एका फोन-मदतीने त्या योजनांना चालना मिळे. दुसऱ्या बाजूला, शिवसेनेचे महत्त्वाचे कार्यक्रम — जसे मीनाताईंच्या अस्थी विसर्जन सोहळा — येथे मामा स्वतः हजर राहून आपले मैत्रीपूर्ण संबंध जपण्याचा प्रयत्न करत असत.

भाजपमधील गोपीनाथ मुंडे आणि प्रमोद महाजन यांच्याशीही मामांचे व्यवहार प्रामुख्याने राज्य आणि राष्ट्रीय पातळीवरील धोरणदृष्ट्या होते. १९९५ मध्ये मामा यांनी भाजपच्या तिकिटावर उमेदवारी न घेता अपक्ष राहणे पसंत केल्यामुळे पूर्वी कडवट सूर होता, पण त्यांच्या विजयानंतर "हाच आमदार मोजक्या साधनस्रोतांतून लोकांच्या प्रश्नांवर काम कसा करतो," याची मुंडे-महाजन यांनी दखल घेतली. भाजपकडे मोठे अर्थसाहाय्य, विस्तारलेल्या संघटना आणि केंद्रातील संपर्क यामुळे ठोस मदत मिळू शकेल, हे मामांना माहीत होते. मात्र ते पक्षात सामील न होता वावरत असत, ते लोकांना पडणाऱ्या अडचणीत मदत मिळवून देण्यासाठीच या नेत्यांशी परिचय वापरीत. शेतकऱ्यांच्या जमिनीचे प्रश्न असोत, अनाथालयासाठी मदत असो किंवा थेट पाटबंधारे विभागाशी संपर्क – मुंडे किंवा महाजन एक फोन करता, आणि मामांना गंगाखेडसाठी नव्या संधी खुल्या होत. काही प्रसंगी मामांनी भाजपच्या जिल्हा समित्यातील तरुण कार्यकर्त्यांना मार्गदर्शन केले, म्हणून महाजन यांनी त्यांच्या सार्वजनिक सभांत "मामा" यांचा सकारात्मक उल्लेख केला.

महाराष्ट्राच्या राजकीय पटलावर वजनदार व्यक्तिमत्त्व असलेल्या शरद पवार यांच्याशीही मामांचे चांगले सहकार्य आहे. शरद पवार मोठ्या सहकार चळवळीचे नेतृत्व करणारे म्हणून ओळखले जातात. मामांनी आपला सहकारी बँकिंगमधील अनुभव आणि गंगाखेडमधील सहकारी उपक्रमांचे अनुभव थेट पवारांशी बोलून सामायिक केले. ऊस कारखाने, शेतकरी सहकारी संस्था, लघुपाटबंधारे यासाठी राज्य सरकार किंवा सहकारी बँकांना मदत कशी मिळवायची, यासाठी पवारांनी मार्गदर्शन दिले, तर मामा गंगाखेडमध्येही वंचित घटकांसाठी शेतकऱ्यांच्या समस्या कशा सोडवता येतील, असा विचार करत. एखाद्या जिल्ह्याच्या दौऱ्यावर पवार आले तरी, मामा त्यांना शेतकरी किंवा सहकारी संस्थांच्या बैठकीत घेऊन जात, समस्यांचा थेट आढावा घेत. दोन्ही बाजूंनी एकमेकांच्या सामर्थ्याचा योग्य वापर करून गंगाखेडला लाभ मिळेल, यातच रस होता.

लालकृष्ण अडवाणी यांच्याशी मामांचा संपर्क हा मुख्यतः राष्ट्रीय पातळीवर झालेला. मामा भाजपमध्ये नव्हते, तरी मुंबईच्या राजकारणात किंवा विविध

प्रसंगात अडवाणी यांच्यासोबत उपस्थित राहायला त्यांना निमंत्रण येई. भाजपचे उच्च स्तरावरचे नेतृत्व गंगाखेडमध्ये "मामा" नावाच्या अपक्ष आमदाराने शून्यातून लोकांना जोडून कसे यश मिळवले, याबाबत उत्सुक असे. मामा आदराने, पण आवश्यक तेवढाच राजकारणी शिष्टाचार राखत बोलत असत. कधी एखाद्या केंद्रीय योजना मंजुरीला गती द्यावी, गोदावरी पट्ट्यातील पूल किंवा तातडीची मदत लवकर मिळावी, अशा सूचनांसाठी ते अडवाणी यांच्याशी किंवा त्यांच्या सहकाऱ्यांशी सम्पर्क करत. मार्मिक म्हणजे, "आपण एकत्र पक्षसंघटनेत नाही, पण लोकांच्या चांगल्या कामासाठी तुम्ही मदत करू शकता," ही थेट भावना मामा व्यक्त करत आणि अनेकदा अडवाणींकडून सकारात्मक प्रतिसादही मिळायचा.

अशा रीतीने, मामा यांनी आपल्या अपक्ष ओळखीला आड येऊ न देता पक्षपातळीवरील प्रभावशाली नेत्यांशी बळकट वैयक्तिक संबंध जोपासले. त्यांच्या दृष्टीने हे नेते आपापल्या पक्षहितांना जपणारे असले तरी, गंगाखेडच्या स्थानिक गरजांसाठी त्यांचा उपयोग करण्यास काहीच हरकत नाही, अशा भूमिकेचे ते प्रतीक होते. या संबंधांत कधी आदर, कधी सहानुभूती, कधी थेट आर्थिक जुळवाजुळव, कधी सरकारी कागदांची गती वाढवणे अशा स्वरूपाची व्यवहार्य देवघेव दिसे. अनेकदा नेते "मामा तुम्ही फक्त निरपेक्ष काम करता," असे बोलून मदत करायला तयार होत. मामांनीही संधी साधून त्या नेत्यांना सांगितले, "ही गोष्ट आपल्या गावांसाठी खूप महत्त्वाची आहे."

मामांनी आपले स्वायत्तपणे टिकवताना या उच्चस्तरीय संबंधांच्या माध्यमातून गंगाखेडच्या प्रगतीला हातभार लावला. निवडणूक काळात ते कोणत्याही पक्षाशी अधिकृत युती करत नसत, तरी वेळोवेळी सरकारी अथवा पक्षीय मदत जोरकसपणे मागण्याचे काम ते करत. बाळासाहेब ठाकरे, शरद पवार, गोपीनाथ मुंडे, प्रमोद महाजन, लालकृष्ण अडवाणी अशी विविध राजकीय प्रवाहातील नेते, परस्परांपेक्षा खूप वेगळ्या विचारांचे असले तरी, मामांनी त्यांच्याशी एक सामायिक सेतुबंध घातला – "तुमच्या संपर्काचा परिणाम गंगाखेडच्या जनतेच्या भल्यासाठीच हवा." भाजप, शिवसेना, राष्ट्रवादी किंवा कोणताही पक्ष – हे दिग्गज नेते मामांना न निवडणुकीत साथ देत, न पक्षसंघटनेत सामावून घ्यायला नेहमी संघर्ष करत; मात्र, जेव्हा समाजकल्याणाची कोणतीही योजना राबवायची असते, तेव्हा हा आमदार "प्रामाणिक प्रयत्न करील" अशी खात्री या नेत्यांना असे.

अशा पडद्यामागच्या चर्चांमुळे गंगाखेडमध्ये अनेकदा निधी सहज मिळाला, प्रकल्पांना मंजुरी मिळाली, आपत्तीच्या काळात तातडीची मदत आली. एकदा मामा यांनी अनाथ मुलांसाठी बांधकामासाठी विशेष अनुदान मागितले, तेव्हा शरद पवार यांच्याशी त्यांनी थेट चर्चा करून लवकर मंजुरी मिळवली. माझा प्रचार मोफत करा, राजकीय लाभ घ्या, असे न करता मामा स्पष्ट बोलायचे, "लोकांना हवी असलेली मदत मिळाली, तर माझा मान." त्यांच्या जिद्दी म्हणण्यातून नेतेही त्यांना सहानुभूतीपूर्वक प्रतिसाद देत. लोकसभेच्या किंवा विधानसभेच्या निवडणुकांमध्ये संबंधित नेत्यांनी आणि मामांनी असा संवाद साधला की, "देश-राज्य पातळीवर तत्त्वे वेगळी असू शकतात, पण या भागाच्या कल्याणासाठी आपली भावना एकच आहे." मामा हे "एकटे अपक्ष" असूनही या मोठ्या नेत्यांकडून योग्य वेळी मदत मिळवत होते. त्यांच्या प्रामाणिकपणामुळे आणि लोकांशी जोडलेल्या नात्यामुळे त्यांना हा पाठिंबा मिळत होता.

मामा यांनी कधीही आपला लोकप्रतिनिधित्वाचा नैसर्गिक दृष्टिकोन आणि बांधिलकी सोडली नाही. त्यांनी नेहमीच लोकांच्या समस्यांना प्राधान्य दिले आणि त्यासाठी सतत प्रयत्न केले. प्रकल्पांना गती देणे किंवा एखाद्या गावाला मूलभूत सोयी देणे हे एकच ध्येय ठेवून, ते या नेत्यांशी हातमिळवणी करायचे. कधी पक्षीय मतभेद झळकले, तरी या नेत्यांची मामा यांच्याबद्दल "ते राजकारणाऐवजी लोककल्याणाला प्राधान्य देतात," अशी प्रतिमा झाली. इतकेच नाही, तर इतर अनेक अपक्ष किंवा छोट्या पक्षांच्या आमदारांनीही मामांच्या या कार्यपद्धतीचे अनुकरण केले.

सारांशाने, बाळासाहेब ठाकरे, शरद पवार, गोपीनाथ मुंडे, प्रमोद महाजन आणि लालकृष्ण अडवाणी यांच्यासारख्या महाराष्ट्रीय व राष्ट्रीय राजकीय वर्तुळातील महत्त्वाच्या व्यक्तींशी मामा यांनी वैयक्तिक ओळख राखली. ती प्रामुख्याने गंगाखेडच्या हितासाठी संसाधनांचे मार्ग खुले करण्याच्या दृष्टीनेच होती. या नेत्यांनाही मामा यांच्यात कोणताही दिखावा नसलेले, अलिप्त पक्ष ओळख असलेले, तरीही विकासकामांसाठी प्रामाणिक आग्रह करणारे नेते पाहून आश्चर्य वाटे. अखेर लोकांपर्यंत योग्य लाभ पोचवावा, या हेतूने सर्वांनी मामा यांच्या आग्रहाला सहकार्य केले. निवडणुकीच्या वेळी मामा निःशंकपणे स्वतंत्र राहिले, तरी कामगिरी करताना, पडद्यामागून बड्या नेत्यांशी धागे विणून, गंगाखेडला कायदेशीर मंजुन्या, आर्थिक सेवा वा सामाजिक मदत मिळावी, यासाठी ते सातत्याने जुंपले असत. हा दडलेला इतिहास दाखवतो की, अपक्ष असले तरी प्रबळ व्यक्तींशी नाते राखून लोकांसाठी झगडता येते, हे मामांनी अव्याहत प्रयत्नांमधून

सिद्‌ध केले.

24

तत्त्वज्ञान, व्यक्तिमत्त्व आणि प्रभाव

सीताराम "मामा" घनदाट यांच्या अनेक दशकांच्या सेवा-कथेचा गाभा एकाच सूत्राने विणला आहे – राजकारणात पदे काबीज करण्यापेक्षा लोकाभिमुखता आणि सर्वसमावेशक प्रगती. अपक्ष आमदार म्हणून गंगाखेडमध्ये दीर्घकाळ काम करताना त्यांनी उच्चपदांची किंवा मंत्रिपदाची संधी अनेकदा परस्पर नाकारली. कारण केवळ अधिकार मिळवून मोठ्या नोकरशाही खात्यांचे नियमन करण्याऐवजी थेट लोकांमध्ये उपस्थित राहणे, गावागावात फिरून अडचणी जाणून घेणे आणि त्या समस्यांवर थेट सामाधान शोधणे, ही त्यांची कार्यपद्धती अधिक जवळची राहिली. मर्यादित औपचारिक शिक्षण असूनही त्यांनी दाखवून दिले की, जनतेच्या विश्वासाची मुळे मांडण्यासाठी औपचारिक शिक्षणाऐवजी सद्‌हेतू, पारदर्शकता आणि सहभागितापूर्ण कारभार यांची अधिक गरज असते.

मामांनी "जनतेची सेवा" हा मुख्य मंत्र ठेवत आपले राजकीय धोरण राबवले. विसंगत गटांना सोबत घेऊन प्रकल्प आखणे, या प्रक्रियेत जात, धर्म किंवा राजकीय पाश्र्वभूमी न पाहता लोकांना जोडणे आणि सरकारी योजनांच्या लाभाचे पारदर्शक वाटप हे त्यांच्या नेतृत्वाचे वैशिष्ट्य ठरले. गंगाखेडमध्ये सामाजिक भेद मोठे असल्याने, कुठल्याही संरचनेवर विशिष्ट जातीचा प्रभाव पडण्याचा धोका मोठा होता. मात्र, प्रकल्पांवर नजर ठेवण्यासाठी त्यांनी बहुजातीय समित्यांचा वापर करून योग्य सल्लामसलत आणि सामंजस्याची भूमिका घेतली. त्यामुळे राजकीय वादातटायची शक्यता कमी झाली आणि विकासकामे अधिक गतिमान झाली.

मामांनी मंत्रिपदे नाकरल्याच्या कथा विशेष लक्षवेधी ठरतात. शिवसेनेचे संस्थापक बाळासाहेब ठाकरे यांनी दिलेले मंत्रिपद नाकारणे ही एक सविस्तर उदाहरण. मामांनी पुढे स्पष्ट केले की, राज्य स्तरीय मंत्रीपद सांभाळताना अनेक नोकरशाही बैठकांसाठी आपल्याला मुंबईत वा मंत्रालयस्तरावर वावरावे लागेल; त्यामुळे गंगाखेडसारख्या दुर्गम भागातल्या जनतेच्या निरंतर संपर्कात राहता येणार नाही. साहजिकच, त्यांनी "खर्चिक आणि भारदस्त पदापेक्षा कुठे अधिक प्रभावी काम करता येईल?" हा प्रश्न स्वतःला विचारून हात जोडला. त्यांच्या नम्रतेने राज्याच्या प्रमुख नेत्यांना देखील आश्चर्य वाटले. ही स्व-मर्यादा दिग्दर्शित करीत ते ग्रामस्तरीय हाकेच्या अंतरावर राहणे पसंत करू लागले.

मामांचे नेतृत्व केवळ मतदारसंघातील भौतिक किंवा वैचारिक प्रगतीपुरते मर्यादित न राहता, सामान्य लोकांच्या वैयक्तिक जीवनावरही खोल परिणाम करणारे ठरले. एका गरजू विद्यार्थ्याला बँकेत नोकरी मिळवून देणे, एखाद्या विधवेला लघुउद्योग सुरू करण्यासाठी आर्थिक सहाय्य मिळवून देणे, अनाथांना आधार देण्यासाठी देणग्या गोळा करणे किंवा मोफत सामूहिक विवाह सोहळ्यांनी विशेषत: आर्थिकदृष्ट्या दुर्बल कुटुंबांना कर्जबाजारी होण्यापासून वाचवणे – अशा असंख्य व्यक्तिगत हस्तक्षेपातून त्यांची लोकांशी नाळ वृद्ध झाली. ते सत्ता गाजवणारे नव्हे, तर लोकांचे आयुष्य सुधारणारे नेते आहेत, अशी भावना मुळारूपात ओतप्रोत दिसली.

त्याचबरोबर, गंगाखेडसारख्या विविध जातीय-धर्मीय समूह असलेल्या भागात, विविध समाजाभिमुख योजना राबवताना सामुहिक पातळीवर समतोल राखण्याची गरज असते. स्थानिक समित्या आणि सहभागी धोरणांच्या साहाय्याने मामांनी सरकारी संसाधने व्यवस्थेत न्याय्य पद्धतीने वाटप व्हावे, हे पक्के केले. दैनंदिन प्रशासनात एकाच गटाला लाड नसावेत; सर्वांना संधी मिळावी. अशाने पुढील काळात "मामा फक्त एका घटकाचा नेता नाही" ही प्रतिमा निर्माण झाली.

त्यांच्या नेतृत्वाचे संपूर्ण तत्त्वज्ञान एका वाक्यात मांडायचे झाले तर, ते "राजकीय पदावर असले काय वा नसले काय, लोकसेवा ही कायद्याच्या किंवा निवडणुकांच्या पलीकडेही अविरत राहते," असे होते. २००४ मध्ये पराभव झाल्यावरही ते गंगाखेडमध्ये तितक्याच सहभागाने सक्रिय राहिले. त्यामुळे मतदारांना वाटले की, "आमचा उमेदवार हरला असूनही तो आमच्यासोबत आहे." अनेक जणांसाठी नेते निवडणुकीत जिंकले कीही दिसून येतात; हरले की गायब होतात. मामांनी ती नामुष्की न येऊ देता प्रकल्प, सहकारी उपक्रम किंवा

कल्याणकारी कामे चालू ठेवली. याच सातत्याने २००९ मध्ये ते पुनश्च मोठ्या मतांनी विजयी झाले. त्यामुळे एक गोष्ट स्पष्ट झाली: पदापेक्षा "विश्वास आणि सहकार्य" लोकांच्या मनात खोलपणे रुजले तर ते करारी पाठिंबा म्हणून निवडणुकीतही दिसू शकते.

मामांचे तत्त्वज्ञान "खाली असल्यासारखे पण प्रत्यक्षात वरचढ" सारखे वाटते. ते उत्तम बोलावेत, टीकाकारांना उजवून दाखवावे, किंवा सतत प्रसिद्धीच्या ओढीत राहावे, असे त्यांनी कधीही स्वीकारले नाही. उलट, एखादा रस्ता रिकामा पडला असला तर स्वतः त्या ठिकाणी जाऊन पाहणी करायची; एखाद्या शाळेत शिक्षक कमी असले तर तडक प्रशासनाशी बोलून त्यावर तोडगा काढायचा. चांगली कामे केली की लोक त्याबद्दल बोलतात, प्रसिद्धीकरता स्वतंत्र प्रयत्न करण्याची गरज भासत नाही, असा त्यांचा स्पष्ट विचार आहे. दुसरीकडे, गावच्या हद्दीत हिंसा, जातीय वाद, आर्थिक शोषण अशा त्रासदायक गोष्टी घडत असतील तर त्या थेट सोडवण्याचा त्यांनी प्रयत्न केलेला आहे. हे सर्व करताना मामा कोणत्याही एका पक्षाच्या साखळीत स्वतःला बांधून न ठेवता स्वतंत्रपणे काम करत राहिले. तरीही, मुख्यमंत्री असोत किंवा केंद्रीय पातळीचे नेते, त्यांच्याकडून मदत मिळवण्याचा प्रयत्न ते सतत करत असत. "सत्तास्थानावर मुसंडी न मारता, तिथल्या साधनसंपत्तीचा लाभ घेण्यासाठी योग्य व्यक्तींशी बोला," अशी वस्तुपातळीवरची व्यावहारिक दृष्टी त्यांनी जपली.

मामांच्या स्वभावाचे साधेपण ग्रामीण भागात सहज पाहायला मिळते. आमदार असूनही ते रांगेत सहज उभे राहतात आणि कार्यक्रमांमध्ये मागच्या रांगेत स्थान घेतात. या साध्या आणि विनम्र वृत्तीमुळे लोकांना त्यांच्याशी समस्या मोकळेपणाने सांगायला सोपे जाते. लोक त्यांच्या जवळ येऊन आपल्या अडचणी न घाबरता मांडू शकतात. प्रशासन आणि राजकीय प्रक्रिया लोकांसाठी सोपी व्हावी, हेच त्यांचे खरे ध्येय आहे. त्यांच्या मते, "नेतृत्व पदाने नाही, तर नैतिक योग्यतेने मिळते," ही धारणा त्यांनी लोकांच्या मनात ठामपणे रुजवली आहे.

गेल्या काही दशकांतील अधूनमधून निवडणुकीतील विजय आणि पराभवातून हे सत्य पुढे आले की, मामा यांचा प्रभाव फक्त धनबळ, जातीय गणित, पक्षखांदा वा जवळिक यांवर आधारित नाही. तो स्रोत आहे सदसद्विवेकबुद्धी, प्रामाणिक धडपड आणि लोकांना खरोखर गुणकारी वाटतील अशा उपक्रमांना सुरुवात किंवा गतिमान करण्याची कळकळ. त्यामुळे गंगाखेडमधील राजकीय संघर्षावर त्यांची छाप इतकी खोल गेली की, आजही त्यांची पद्धत – स्थानिक समित्या उभारणे, कल्याणकारी योजनांसाठी उत्कट पाठपुरावा, सहकारी संस्थांनी अर्थसहाय्य

दिल्यास लोकांना बळ मिळते, अशा कीर्तनातील तत्त्वांसारखी – कायम प्रेरक ठरली आहे.

मामांच्या प्रभावाचा परीघ फरकाने मोजता येत नाही; कारण ते चौथीपर्यंत मर्यादित औपचारिक शिक्षण असूनही शेकडो तरुणांना उच्च शिक्षण, रोजगार, प्रशिक्षण, सहकारी योगदान यांसाठी मदत केली. महिलांच्या लघुउद्योगांना निधी, वृद्धांना छोट्या प्रमाणात अनुदान, मोफत सामूहिक विवाह जसे उपक्रम हाती घेऊन "अशी सेवा हीच सत्तेची कोंडीफोड" असल्याचे त्यांनी दाखवले. यातूनच समाजकारण हे राजकारणाच्या आतल्या आत्मा असल्याचे त्यांनी प्रकर्षाने सिद्ध करून दाखवले.

अखेर, मामांच्या नेतृत्वाने "खरे सामर्थ्य सहज सत्तात नाही, तर मदतीस तयार असणाऱ्या अंतःकरणात असते" हे गंगाखेडवासीयांना पटवून दिले. राजकारण ही रंजक नाटके किंवा सत्तेची रस्सीखेच न मानता जनतेच्या दुखऱ्या जखमांवर फुंकर घालण्याचे साधन म्हणून त्यांची भूमिका प्रकट झाली. यात त्यांचा विशिष्ट पक्षपरिवार किंवा घराणे नसताना दिर्घकाळ टिकलेल्या श्रद्धेचे रहस्य सामावलेले आहे. एकदा मतदारांनी त्यांना स्थान दिले की, पराभवानंतरही "मामा" नावाचा धागा आबाधित राहतो. त्यामुळे विकासात सातत्याने ठोस पावले टाकली, आर्थिक वा सामाजिक समस्यांना सामोरे जाण्यासाठी अधूनमधून उच्चपदस्थ लोकांकडून साहाय्य घेतले; पण निर्णय तळागाळातून उद्भवत राहिले. या साध्या पण परिणामशाली वृत्तीमुळे त्यांच्या व्यक्तिमत्त्वाचे दिग्दर्शन आणि प्रभाव स्थानिक हद्दीच्या पलीकडेही पोहोचले.

25

वारसा

सीताराम "मामा" घनदाट यांचे जीवन हे चिकाटी, सेवा आणि तळागाळातील नेतृत्वाच्या सामर्थ्याची साक्ष देणारे आहे. एका छोट्याशा खेड्यात मोचीच्या मुलाच्या विनम्र सुरुवातीपासून ते तीन वेळा अपक्ष आमदार आणि सहकारी बँकिंग क्षेत्रातील महत्त्वाचे व्यक्तिमत्व होण्यापर्यंतचा त्यांचा प्रवास लोकसेवेप्रती असलेली अतूट बांधिलकी दर्शवितो. त्यांची कहाणी केवळ राजकीय यश किंवा पायाभूत सुविधांच्या कर्तृत्वाची नाही; हे अस्सल, लोककेंद्रित नेतृत्वाचा प्रभाव आणि नम्रता, कठोर परिश्रम आणि सचोटीद्वारे जीवन बदलण्याच्या क्षमतेबद्दल आहे. मामांची सुरुवातीची वर्षे कष्ट आणि संघर्षाने भरलेली होती. पारंपरिक बूट मेकिंगमध्ये गुंतलेल्या कुटुंबात जन्मलेल्या त्यांना लहानपणापासूनच आर्थिक आव्हाने आणि सामाजिक मर्यादांचा सामना करावा लागला. केवळ प्राथमिक शिक्षण घेऊनही त्यांनी औपचारिक शिक्षणाच्या अभावाने आपल्या आकांक्षांना कधीच मर्यादा येऊ दिल्या नाहीत. आधी मोची आणि नंतर मुंबईत टॅक्सी ड्रायव्हर म्हणून त्यांनी अथक परिश्रम घेतले, ज्या अनुभवांमुळे त्यांना कामगार वर्गाच्या संघर्षाची प्रत्यक्ष माहिती मिळाली. या सुरुवातीच्या वर्षांनी सामान्य लोकांबद्दल त्यांची तीव्र सहानुभूती निर्माण केली आणि त्यांच्यासारख्या व्यवस्थात्मक अडथळ्यांना सामोरे गेलेल्या लोकांमध्ये अर्थपूर्ण बदल घडवून आणण्याच्या त्यांच्या इच्छेला चालना दिली.

त्यांचा राजकारणातील प्रवेश अपारंपरिक आणि महत्त्वाकांक्षेपेक्षा कर्तव्यभावनेने प्रेरित होता. अपक्ष उमेदवार म्हणून निवडणूक लढवत त्यांनी पक्षीय राजकारण आणि पारंपरिक निवडणूक रणनीती झुगारून जनतेशी थेट संवाद साधण्यावर भर दिला. १९९५ मधील त्यांचा पहिला विजय हा एक

ऐतिहासिक क्षण होता, ज्याने मतदारांशी प्रामाणिक संबंध राजकीय पक्षांच्या आर्थिक आणि संघटनात्मक सामर्थ्यावर मात करू शकतात हे सिद्ध केले. त्यानंतर १९९९ मध्ये त्यांची पुन्हा निवड आणि २००९ मध्ये विजयी पुनरागमन - गंगाखेड सामान्य मतदार संघात स्थलांतरित झाले असले तरी - त्यांच्या तळागाळातील पाठिंब्याची ताकद आणि जाती आणि पक्षाच्या पलीकडे जाऊन समुदायांना एकत्र आणण्याची त्यांची क्षमता दर्शवते. मामांच्या कार्याचे वैशिष्ट्य म्हणजे त्यांनी विकासावर सातत्याने लक्ष केंद्रित केले. राजकारणाकडे त्यांनी वैयक्तिक फायद्याचे व्यासपीठ म्हणून पाहिले नाही, तर लोकांच्या उत्थानाचे साधन म्हणून पाहिले. रस्ते बांधणी, पाणीपुरवठा, वीज वितरण, आरोग्य सेवा, शिक्षण अशा महत्त्वाच्या क्षेत्रांमध्ये त्यांनी केलेले प्रयत्न हे केवळ विकासासाठी नव्हते तर लोकांच्या जगण्याचा दर्जा उंचावण्यासाठी होते. सिंचन प्रकल्पातील त्यांच्या प्रयत्नांमुळे गंगाखेडमधील शेतीची उत्पादकता बदलली आणि शेतकरी आता केवळ अनपेक्षित मान्सूनवर अवलंबून राहणार नाही. सहकारी बँकिंगच्या माध्यमातून त्यांनी आर्थिक समावेशनाची प्रक्रिया पुढे नेली, ज्यामुळे पारंपारिक बँकिंग प्रणालीतून वगळण्यात आलेल्या हजारो लोकांना आर्थिक सोयीसुविधा मिळू शकल्या. अभ्युदय बँकेच्या नेतृत्वाखाली त्यांनी बँकेच्या शाखांचा विस्तार केला आणि या प्रकल्पांनी हजारो लोकांना रोजगाराच्या संधी उपलब्ध करून दिल्या.

शिक्षण हा मामांच्या दृष्टीकोनाचा आणखी एक पाया होता. अभ्युदय एज्युकेशन हायस्कूलचा विस्तार करून सात हजारांहून अधिक विद्यार्थ्यांना शिक्षणाची संधी मिळवून देण्याचा त्यांचा प्रयत्न होता. उपेक्षित समाजाला दर्जेदार शालेय शिक्षण मिळावे, दारिद्र्य आणि जातीय भेदभावाचे चक्र तोडण्यास मदत होईल, यासाठी त्यांनी अनेक प्रयत्न केले. त्यांच्या नेतृत्वाखाली सुरू झालेल्या सामाजिक उपक्रमांनी अनेक कुटुंबांना आधार मिळवून दिला. कोरोना महामारीच्या काळात त्यांनी गोरगरीब आणि कष्टकरी लोकांना सॅनिटायझर, मास्क, आणि जीवनावश्यक वस्तूंचा पुरवठा केला. या उपक्रमात त्यांनी स्वतःच्या कुटुंबाचा मोठा आर्थिक वाटा दिला. तसेच, महाराष्ट्रातील विविध शहरांमध्ये विनामूल्य वधू-वर पालक परिचय मेळावे आयोजित केले, ज्यामुळे अनेक वधू-वरांचे विवाह जुळवून देण्यात मदत झाली.

मार्च २०२५ मध्ये सीताराम "मामा" घनदाट यांनी अधिकृतपणे भारतीय जनता पक्षामध्ये प्रवेश केला. या निर्णयाने त्यांच्या राजकीय प्रवासाचा एक महत्त्वपूर्ण टप्पा पूर्ण झाला. त्यांनी आपल्या राजकीय प्रवासाची सुरुवातही

जनसंघातूनच केली होती आणि आज, भाजपमध्ये अधिकृतपणे प्रवेश करून त्यांनी आपल्या राजकीय प्रवासाचे संपूर्ण चक्र पूर्ण केले. हा निर्णय त्यांच्या कार्यकर्तृत्वाचा गौरव मानला जातो कारण त्यांच्या अपक्षतेमुळेच त्यांच्या कार्याची आणि सेवेची महत्त्वपूर्ण ओळख निर्माण झाली होती. त्यांच्या या प्रवेशामुळे त्यांचा प्रभाव आणखी वाढणार आहे, आणि भाजपच्या व्यासपीठावरून ते अधिक व्यापक पातळीवर काम करू शकतील. त्यांनी ज्या नम्रतेने आणि सचोटीने आपले कार्य केले आहे, त्याचा वारसा त्यांच्यानंतरच्या पिढ्यांपर्यंत पोहोचेल.

सीताराम "मामा" घनदाट यांच्या कार्यकर्तृत्वाची प्रेरणा घेऊन संजय खामकर आणि त्यांच्या सहकाऱ्यांनी २०१४ साली 'लोकनेते मा. आमदार सितारामजी घनदाट (मामा) सामाजिक प्रतिष्ठान' ची स्थापना केली. या प्रतिष्ठानने शिक्षण, रोजगार, आरोग्य सेवा, महिला सक्षमीकरण आणि वंचित समाजासाठी विविध उपक्रम राबवले. विशेषतः महिला सक्षमीकरणासाठी बचत गटांची स्थापना करून रोजगाराच्या संधी उपलब्ध करून दिल्या. गटई कामगारांसाठी विनामूल्य अपघात विमा योजना राबवण्यात आली. समाजाच्या आर्थिक प्रगतीसाठी आणि सक्षमीकरणासाठी करण्यात आलेले हे प्रयत्न आजही महत्त्वपूर्ण ठरत आहेत. या प्रतिष्ठानने विविध क्षेत्रात अनेक सामाजिक उपक्रम राबवून समाजाला एकत्र आणले आहे. सामाजिक न्याय आणि समानतेची भावना त्यांनी प्रस्थापित केली.

त्यांच्या कार्याचे मोल केवळ त्यांच्या मूर्त कर्तृत्वापुरते मर्यादित नाही. त्यांनी गंगाखेडच्या राजकीय संस्कृतीला एक नवा आदर्श दिला. साधेपणाने, प्रामाणिकपणे आणि लोकाभिमुख दृष्टिकोनाने त्यांनी राजकारणात नवीन आदर्श निर्माण केले. त्यांच्या कार्याची खरी ओळख लोकांमध्ये आहे. हेच त्यांचे यश आहे आणि हा वारसा पुढे चालू राहणार आहे. त्यांच्या कार्याने समाजातील अनेकांना प्रेरणा दिली आहे आणि त्यांचे कार्य अजूनही नवीन दिशा दाखविण्याचे काम करीत आहे.

आता या पुस्तकाच्या शेवटी पोहोचताना त्यांच्या कार्याचा आणि त्यांच्या नेतृत्वाचा वारसा अजूनही पुढे चालू राहील, याबद्दल निश्चितपणे म्हणता येईल.